బాల ధరణి

(బాలల కథల సంపుటి)

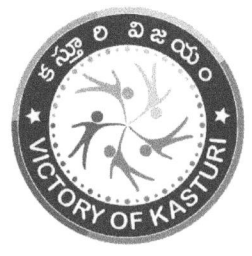

కస్తూరి విజయం
VICTORY OF KASTURI

కొత్తపల్లి రవికుమార్

బాల ధరణి

(బాలల కథల సంపుటి)

Author: **Kothapalli Ravi Kumar**

Published by **Kasturi Vijayam**

© **Kasturi Vijayam**

ISBN(Paperback): 978-81-960876-4-7
ISBN(E-Book): 978-81-960876-3-0

శ్రీ కొత్తపల్లి గోపాలకృష్ణా రావు గారు
శ్రీమతి కొత్తపల్లి శారదా దేవి గారు

నా ఉన్నతిని కోరుకున్న ప్రధమ వ్యక్తి మా అమ్మగారు శ్రీమతి కొత్తపల్లి శారదా దేవి గారు. ఏనాడూ నోరు తెరచి ఒక్క మాట కూడా అనని అమాయకురాలు. ఆ అమాయకత్వమే, ఆ కల్మషం లేని మనసే నా ఈ స్థాయికి దోహదపడ్డాయి.

తెలుగు పండితులైన మా నాన్నగారు శ్రీ కొత్తపల్లి గోపాల కృష్ణా రావు గారి దగ్గర పదవ తరగతి వరకు తెలుగు పాఠాలు వల్లె వేశాను. అదే నాకు తెలుగు మీద తెలియని జిజ్ఞాసను కలిగించేదేమో! ఆయనకు తెలుగు మీద ఉన్న పట్టు నేను ఇలా కవితలు,కథలు రాయడానికి పట్టుకొమ్మ అయ్యిందేమో!

నేను ఇలా ఎంతో ఎదగడానికి చేయి పట్టుకుని నడిపించిన నా మాతాపితరులకు శత సహస్ర వందనాలను అర్పిస్తూ ఈ

“బాల ధరణి”

బాలల కథల సంపుటి అంకితమిస్తున్నాను.

కొత్తపల్లి రవి కుమార్

నా మాట

ఏమో గుర్రం ఎగురావచ్చు అని కలలు కన్న రోజులను మర్చిపోగలమా? పుష్పక విమానంలో ఇంద్రసభకు వెళ్ళగలమనే భ్రాంతితో గడిపిన రోజులను మర్చిపోగలమా? అద్భుత దీపం నుండి వచ్చిన భూతం సాయం పొందగలమని అపోహ పడిన రోజులను మర్చిపోగలమా? ఒంటి కన్ను రాక్షసుడితో యుద్ధం చేసి గెలవగలమనే ధీమాతో ఉన్న రోజులను మర్చిపోగలమా? మాయల మాంత్రికుడు ఎత్తుకెళ్లిన రాజకుమారిని కాపాడి ఆ రాజ్యానికే రాజవ్వచ్చని ఆశ పడిన రోజులను మర్చిపోగలమా?

పున్నమి వెన్నెల్లో, గోదావరి ఇసుక తిన్నెల్లో స్నేహితులతో కలిసి గుజ్జిన గూళ్ళు కట్టుకున్న రోజులను మర్చిపోలేము. ఒళ్లు అలసి పోయే వరకు గోదావరిలో ఈతకొట్టిన రోజులను మర్చిపోలేము. సెలవుల్లో అమ్మమ్మ చెప్పిన రామాయణం, మహాభారతం, పేదరాశి పెద్దమ్మ కథలు, కాశీ మజిలీ కథలను చెవులారా జుర్రుకున్న రోజులను మర్చిపోలేము. ఆ సెలవుల్లో తాతతో పాటు పొలానికి వెళ్ళి ప్రకృతి అందాలను కాంచిన రోజులను మర్చిపోలేము. ఊరి గ్రంథాలయానికి వెళ్ళి చందమామ కథలు, బేతాళ కథలను చదివిన రోజులను మర్చిపోలేము. వేసవి కాలంలో ఆరుబయట మంచం మీద పడుకుని ఆ చందమామని చూస్తూ నాన్న చెప్పిన పంచతంత్ర కథలను ఆకళింపు చేసుకున్న రోజులను మర్చిపోలేము. బడిలో పంతులుగారు చెప్పిన నీతి శతకాలను వల్లెవేసిన రోజులను మర్చిపోలేము. నాన్నతో సంతకు వెళ్తూ ఎక్కాలతో కూడిన లెక్కలను నేర్చుకున్న రోజులను మర్చిపోలేము.

ఈ అనుభూతులు, ఈ సరదాలు, ఈ కథలు, ఈ పాఠాలు, ఈ సహచర్యాలు మన వ్యక్తిత్వ వికాసానికి ఎంతో దోహద పడ్డాయి. ఏ విషయాన్నైనా క్షుణ్ణంగా విశ్లేషించే శక్తినిచ్చాయి. క్లిష్ట పరిస్థితులలో కూడా ధృడమైన గుండెబలంతో ముందుకు వెళ్లే ధైర్యాన్ని నూరిపోసాయి. సంక్లిష్ట సమస్యలకు కూడా సమాధానాలు వెతికిపెట్టాయి. మన దైనందిన జీవనం సాఫీగా సాగిపోవడానికి చుక్కాని లయ్యాయి. మనం చిన్నప్పుడు చదివిన, నేర్చుకున్న ఈ కథలలోని గూడార్థాలు మనం బతకడానికి పెద్ద బాలశిక్షలయ్యాయి అని అనడంలో ఎటువంటి సందేహం లేదు.

ఈ తరం పిల్లలకి ఇలాంటి అనుభవాలు పూర్తిగా లేవనే చెప్పాలి. అందుకే చిన్న చిన్న కష్టాలకే కృంగిపోతున్నారు. చిన్న చిన్న సమస్యలకే అల్లాడిపోతున్నారు. చిన్న చిన్న అవరోధాలను

కూడా దాటలేక ఆత్మహత్యల్లాంటి చర్యలకు పాల్పడుతున్నారు. తెలియని మానసిక రుగ్మతలకు గురి అవుతున్నారు.

అందుకే బాలలూ!

మేము చదివిన ఆ బాలశిక్షలను ఈ తరం వారికి కొద్దిగానైనా అందజేద్దామని చిరు ప్రయత్నం చేస్తున్నాను. పిల్లలకు అర్థమయ్యే రీతిలో ఈ కథల సంపుటిని తీసుకొస్తున్నాను. ఈ సంపుటి మిమ్మల్ని అలరిస్తుందని భావిస్తున్నాను. కథలు ఎటువంటివైనా, అందులో పాత్రలు ఎటువంటివైనా, ఆ కథలోని ఆంతర్యాన్ని గ్రహించి మీ జీవితానికి అన్వయం చేసుకోవాలని ఆశిస్తున్నాను. ఒక్కటి మాత్రం చెప్పగలను. ఇది మిమ్మల్ని ఆసాంతం ఉత్సుకతతో చదివించగలదు. నా ఈ బాలల కథల సంపుటి "బాల ధరణి" ని చదివి, మీకు తెలిసిన నలుగురిచేత చదివిస్తారని కోరుకుంటూ....

మీ

కొత్తపల్లి రవి కుమార్

కథలు వరుస క్రమంలో

సమయస్ఫూర్తి

అది ఒక భీకారణ్యం. ఆ అరణ్యంలో పులులు, సింహాలు, ఎలుగుబంటులు ఇత్యాది క్రూర జంతువులే కాకుండా కుందేళ్ళు, కోతులు, జింకలు లాంటి సాధు జంతువులు కూడా జీవిస్తూ ఉండేవి. ఆ అడవిలో అన్ని జంతువులు "ఇంద్రపథ్" అనే సింహాన్ని చూసి భయపడేవి. ఇంద్రపథ్ శారీరకంగా చాలా బలంగా ఉండి, తనకు ఎదురు తిరిగిన వారిని క్షణాల్లో మట్టుపెట్టేది. అందుకే ఏనుగు లాంటి పెద్ద పెద్ద జంతువులు కూడా ఇంద్రపథ్ ను చూసి భయపడేవి.

రుద్రపీఠం అనే కొండను ఆవాసంగా చేసుకుని జీవించేది. తనకు ఆహారం సంపాదించడం కోసం "జీతన్" అనే నక్కను ఇంద్రపథ్ తనకు సలహాదారుడిగా, మంత్రిగా నియమించుకుంది. జీతన్ తన తెలివితేటలతో, తన జిత్తులమారినతనంతో కుయుక్తులు ఉపయోగించి ఆ అడవిలో ఉన్న జంతువులను ఏమార్చి ఇంద్రపథ్ కి ఆహారంగా మార్చేది. జీతన్ సలహాలతో తను ఎక్కువ కష్టపడకుండా ఆహారం సులువుగా సంపాదించేది ఇంద్రపథ్. అందుకే జీతన్ ని బాగా నమ్మేది. తను తినే ఆహారంలో కొంత జీతన్ కి కూడా ఇచ్చేది. జీతన్ ఉపాయం ఆలోచించడం, ఇంద్రపథ్ దానిని పాటించడం సర్వసాధారణం అయ్యింది.

ఇంద్రపథ్, జీతన్ లతో పాటు ఆ జంతువులకు వేటగాళ్ళ రూపంలో మరో ప్రమాదం కూడా పొంచి ఉండేది. అందుకే అన్ని జంతువులు ఎవరి కంటా పడకుండా ఏరోజుకారోజు జాగ్రత్త పడేవి. ఎవరికీ దొరక్కుండా ఒక రోజు గడిస్తే ఒక గండం గడిచినట్టు ఊపిరి పీల్చుకునేవి. కానీ ఆనోటా, ఈనోటా రోజుకు ఎవరో ఒకరు వేటగాళ్ళకో, వీటి దాహానికో బలవ్వుతున్నారని విని చాలా భయపడేవి. వాళ్ళ, వాళ్ళ సమూహాలను ఆయా జంతువులు జాగ్రత్తగా కాపాడుకునేవి. వయో జంతువులు మిగతా జంతువులకు ఎవ్వరికీ దొరక్కుండా జాగ్రత్తలతో కూడిన దిశానిర్దేశం చేసేవి.

ఆ జంతువులలో అందమైన లేళ్ళ గుంపు ఉండేది. తెలుపు, నలుపు, గోధుమ రంగులలో ఆ లేళ్ళు చాలా చూడముచ్చటగా ఉండేవి. ఆ లేళ్ళు ఆడుకుంటూ చెల్లాచెదురై పోయేవి. ఎన్నిసార్లు ముసలి లేళ్ళు చెప్పినా వయసులో చిన్న లేళ్ళు పెడచెవిన పెట్టేవి.

రోజూలాగే ఆ రోజు కూడా సాయంత్రం వేళ లేళ్ళు ఆడుకుంటూ, ఆడుకుంటూ వాటి స్థావరాలకు దూరంగా పారిపోయాయి. అక్కడ జంతువుల కోసం పాగా కాసిన వేటగాళ్ళు దొరికిన లేళ్ళను పట్టుకుని దగ్గరలో ఉన్న గుహలోనికి తీసికెళ్ళిపోయారు. వాళ్ళకు దొరక్కుండా

"కోమలి" అనే లేడి దారితప్పి రుద్రపీఠం కొండ మీదకు వెళ్ళింది. అప్పటికే కొంచెం చీకటి పడుతోంది. కోమలిని చూసిన జీతన్, దాన్ని

పట్టుకుని ఇంద్రపథ్ వద్దకు తీసికెళ్ళింది.

జీతన్ "స్వామీ! పొద్దుట్నుండీ ఎంత వెతికిన ఏ జంతువూ దొరకలేదు. ఏదో మన పుణ్యమా అని ఈ చిన్న లేడి దొరికింది. మీరు ఎంత ఆకలితో ఉన్నారో నాకు తెలుసు. నాక్కూడా చాలా ఆకలిగా ఉంది. మీరు త్వరగా దీన్ని తినేస్తే మిగిలిన ఆ ఎముకలతో నేను కడుపు నింపుకుంటాను" అని ఇంద్రపథ్ తో చెప్పింది.

పొద్దుట్నుండీ ఏ జంతువూ దొరక్క బాగా ఆకలితో ఉన్న ఇంద్రపథ్ ఒక్కసారిగా కోమలి పై ఉరకడానికి సిద్ధపడింది.

కోమలికి మెదడులో ఒక చురుకైన ఆలోచన వచ్చి "అయ్యా! మీ కంగారు చూస్తుంటే మీరు బాగా ఆకలితో ఉన్నారని అనిపిస్తోంది. చిన్నదాన్నైన నేను మీ ఆకలిని తీర్చలేను. మీరు వింటానంటే ఒక మంచి సలహా చెప్తాను. మీకు నెలరోజులకు సరిపడా ఆహారం దొరుకుతుంది" అని ఇంద్రపథ్ తో చెప్పింది.

కోమలి సలహా విందామా, వద్దా అని ఇంద్రపథ్ ఓరగా జీతన్ వైపు చూసింది. విందామన్నట్టు కనుసైగ చేసింది జీతన్.

ఇదంతా గమనించిన కోమలి "అయ్యా! నేను ఇక్కడికి వస్తుంటే దారిలో ఒక పెద్ద గుహ కనపడింది. ఆ గుహనుండి చాలా జంతువుల శబ్దాలు వినబడ్డాయి. నాకు తెలిసి ఆ గుహలో లెక్కలేనన్ని జంతువులు ఉన్నాయి. మీరు ఆ గుహలోనికి వెళ్తే మీరు కష్టపడకుండా చాలా రోజులు ఆహారాన్ని సంపాదించవచ్చు. నాతో వస్తే ఆ గుహను చూపిస్తాను" అని చెప్పింది.

ఇదంతా నిజమని నమ్మిన ఇంద్రపథ్, జీతన్ లు కోమలిని అనుసరించాయి. దూరంగా గుహ కనపడగానే, కోమలి "అదిగో ప్రభూ! అదే నేను చెప్పిన గుహ. అందులోనే చాలా జంతువులు ఉన్నాయి" అని చెప్పింది.

ఆ గుహలో ఉన్న వేటగాళ్ళ చేతిలో నరకయాతన పడుతున్న జంతువుల ఆర్తనాదాలను విని కోమలి చెప్పింది నిజమేనని నమ్మాయి ఆ రెండూ. ఇక ఒక్క నిమిషం కూడా ఆలస్యం చేయకుండా ఒక్క ఉదుటున ఆ గుహలోనికి దూరాయి. జంతువులను వేటాడానికి సిద్ధంగా ఉన్న వేటగాళ్ళ

వలలతో వాటిని పట్టుకుని చంపేసారు. కోమలి ఊపిరి పీల్చుకుని తన వారిని చేరింది. అలా సమయస్ఫూర్తితో గండాన్ని దాటింది కోమలి.

కలిసి ఉంటే కలదు సుఖం

పూర్వం సారంగపురం అనే రాజ్యాన్ని సత్యవ్రతుడు అనే మహారాజు పాలించేవాడు. అతని సత్యవంతమైన పాలనలో రాజ్యం కరువు కాటకాలు, అతివృష్టి అనావృష్టులు లేకుండా సుభిక్షంగా ఉండేది. ప్రజలందరూ సుఖసంతోషాలతో ఉండేవారు. ఆ మహారాజు తనకు మంచి సలహాలు ఇచ్చే మంత్రిగా దేవదత్తుడు అనే తెలివైన వాడిని నియమించుకున్నాడు. ఆ మహారాజు నమ్మకానికి తగ్గట్టుగా నడచుకునేవాడు దేవదత్తుడు. ఆ రాజ్యంలో ప్రజల మధ్య వచ్చే చిన్నా, పెద్దా తగాదాలకు తన తెలివితో, సమయస్ఫూర్తితో సునాయాసంగా పరిష్కారం ఇచ్చేవాడు. అతని తెలివి తేటలకు ఎంతో ముగ్ధుడయ్యేవాడు సత్యవ్రతుడు. ఎలాంటి క్లిష్ట సమస్యలనైనా తన మంత్రి దేవదత్తుడు పరిష్కార మార్గం చూపగలడని నమ్మకంతో ఉండేవాడు సత్యవ్రతుడు.

ఆ రాజ్యంలో రాజయ్య అనే రైతు ఉండేవాడు. అతనికి పదెకరాల పొలం ఉండేది. ఆ పొలంలో పంటలు పండించి బాగా బతికేవాడు. రాజయ్య సతీమణి పేరు తులసమ్మ. రాజయ్య దంపతులకు నలుగురు మగ సంతానం. యుక్త వయస్సుకి వచ్చారు. రాజయ్య కూడా వయసు మీద పడి ముసలి వాడయ్యాడు. ఇక పొలాల బాధ్యత, ఆస్తుల బాధ్యత తన నలుగురు కొడుకులకు అప్పజెప్పి తను విశ్రాంతి తీసుకుందామనుకున్నాడు. ఇదే మాట తన భార్య తో అన్నాడు.

"తులసీ! నాకూ రోజు రోజుకీ ఓపిక సన్నగిల్లుతోంది. ఇదివరకటలా పని చేయలేకపోతున్నాను. ఈ బాధ్యతలు మన వాళ్ళకి అప్పజెప్పాలనుకుంటున్నాను. పెళ్ళికి ముందే వీళ్ళు అన్నీ నేర్చుకుంటే ఆ తర్వాత వాళ్ళ కుటుంబాలు బాగుంటాయి" అని అన్నాడు రాజయ్య.

"అవునండీ! నాక్కూడా అదే అనిపిస్తోంది. మన చెయ్యి, కాలు కొంచెం ఆడుతుండగానే వాళ్ళకి ఈ బాధ్యతలు అప్పజెప్పితే బాగుంటుంది. మంచి ఆలోచన చేసారు. త్వరగా అప్పజెప్పండి" అని తన భర్త మాటకు వరస కలిపింది తులసమ్మ. ఒకరోజు మంచి రోజు చూసుకుని నలుగురు కొడుకులను, తులసమ్మను సమావేశపరిచాడు రాజయ్య. తన మనసులో మాట బయటపెట్టాడు.

"ఇన్నాళ్ళూ నా రెక్కలు ముక్కలు చేసుకుని ఈ సంసారాన్ని లాగాను. ఇక నాకు వయసు సహకరించట్లేదు. మీరు కూడా బాగా ఎదిగారు. మీకు ఈ పొలాలు, ఆస్తులను మీకు అప్పజెప్పాలనుకుంటున్నాను. కొన్నాళ్ళు మీకు ఎలా చేయాలో సలహాలు ఇస్తాను. మీకు బాగా అలవాటైన తర్వాత మంచి పిల్లలను చూసి పెళ్ళిళ్ళు చేసి నేను, మీ అమ్మ తీర్థయాత్రలకు వెళ్దామనుకుంటున్నాము. కానీ నాదొక కోరిక. ఈ పొలాలు నలుగురూ పంచుకోకుండా కలిసికట్టుగా సాగు చేసుకుంటూ అందరూ ఉమ్మడి కుటుంబంగా ఉండాలనేది నా అభిలాష. మీరేమంటారు?" అని నలుగురు కొడుకులను అడిగాడు రాజయ్య.

"మీక్కూడా మేము ఎప్పట్నుంచో చెప్పుదామనుకుంటున్నాము. మాకు కలిసి ఉండడం ఇష్టం లేదు. మేము విడివిడిగా వ్యవసాయం చేసుకుంటాము. ఎవరి వాటా వారికి పంచేయండి. మేము సంతోషంగా ఎవరి పొలాలు వాళ్ళు పండించుకుంటాం" అని అందరూ అనుకున్న మాట కుండబద్దలు కొట్టినట్టు చెప్పాడు పెద్దకొడుకు.

ఏ మాటైతే తను వినకూడదనుకున్నాడో ఆ మాట వినేసరికి నిశ్చేష్టుడై ఉండిపోయాడు రాజయ్య. ఆ రోజు ఎంత రాత్రైనా పడుకోకుండా ఆలోచిస్తూ కూర్చున్నాడు రాజయ్య.

భర్త దగ్గరకు వచ్చి "ఎందుకండీ అంతలా ఆలోచిస్తున్నారు. మనమేం చేయగలం. కొడుకులని కనగలం గానీ వాళ్ళ తలరాతలను కాదు కదా! మీరెందుకు అంతగా ఆలోచించి బుర్ర పాడు చేసుకుంటారు?" అని అడిగింది తులసమ్మ.

"దైవం ఒకటి తలిస్తే విధి ఒకటి తలిచిందని, మనం ఏమి ఆలోచించాం? వీళ్ళేమి ఆలోచిస్తున్నారు. నాకేమి బోధపడట్లేదు. వీళ్ళు నలుగురు వృద్ధిలోకి వచ్చి పెళ్ళిళ్ళు చేసుకుని కలకాలం పిల్లాపాపలతో ఉమ్మడి కుటుంబంతో సంతోషంగా ఉంటారనుకుంటే వీళ్ళేంటి తులసీ? విడిపోదామనుకుంటున్నారు. విడిపోతే పుట్టకొక్కరు, చెట్టుకొక్కరు అయిపోతారు. బయటివాళ్ళు వీళ్ళని సులువుగా మోసం చేయడానికి అవకాశం ఉంటుంది. వీళ్ళకి అది అర్థం కాదు. వీళ్ళకి ఎలా చెప్పాలో నాకు అర్థం కావట్లేదు తులసీ!" అని తన బాధను చెప్పాడు రాజయ్య.

"దీనికి మనం ఆలోచించి బుర్ర పాడు చేసుకోవడమెందుకు? ఈ సమస్యను మన మంత్రి గారికి వివరిస్తే, ఆయనే దీనికి సరైన పరిష్కారం చూపుతారు. రేపు ఒకసారి ఆయన్ని కలిసి పరిస్థితి వివరించండి" అని సలహా ఇచ్చింది తులసమ్మ. భార్య సలహా సబబే అనిపించి ఆ రాత్రికి పడుకున్నాడు రాజయ్య.

★★★

తెల్లవారిన వెంటనే రాజయ్య, దేవదత్తుని కలిసి ముందు రోజు జరిగినదంతా వివరించాడు. బాగా ఆలోచించి దీనికి మంచి పరిష్కారం చూపాలని వేడుకున్నాడు.

రాజయ్య వేదనను విన్న దేవదత్తుడు "ఒకసారి నీ నలుగురు కొడుకులను రేపు ఉదయమే నా వద్దకు పంపించు" అని చెప్పాడు. దేవదత్తుడు చెప్పినట్టుగానే తన కొడుకులను అతని వద్దకు పంపాడు రాజయ్య.

రాజయ్య కొడుకులను చూసాడు దేవదత్తుడు. అందరూ కండలు తిరిగి మంచి ఒంటి సౌష్టవంతో బాగున్నారు. వాళ్ళను రాళ్ళు రప్పలు నిండిన ఒక బీడు భూమి వద్దకు తీసుకెళ్ళాడు దేవదత్తుడు.

అందర్నీ ఉద్దేశించి "చూడండి! ఈ భూమిలో మీరు నలుగురు విడివిడిగా నీళ్ళు పడేవరకు బావిని తవ్వాలి. ఎవరు ముందు తవ్వుతారో వారికి మీ నాన్న ఆస్తిలో సింహభాగం వాటాగా వస్తుంది" అని అన్నాడు దేవదత్తుడు.

ఆ నలుగురు ఒక్కసారి ఒకర్ని ఒకరు చూసుకుని భూమిని తవ్వడం మొదలుపెట్టారు. వారిలో ఉదయాన్న ఉన్న ఉత్సాహం మధ్యాహ్నం కనబడలేదు, మధ్యాహ్నం ఉన్న ఓపిక సాయంత్రం లేదు. చీకటి పడింది. తవ్వి, తవ్వి కొంత లోతుగానే బావులు చేసారు. ఉదయాన్నే తవ్వడం మొదలెట్టినా చీకటి పడినా ఎవరి బావిలోనూ నీళ్ళు పడలేదు. అందరూ నీరసంతో ఢీలా పడిపోయారు.

వారిని చూసి "ఇంత బలవంతులైన మీరు పొద్దుట్నుండీ తవ్వినా కనీసం ఇరవై అడుగులు కూడా తవ్వలేకపోయారు. మరల రేపు కలుద్దాం. రేపు ఉదయం ఈరోజు సమయానికే వచ్చేయండి" అని పంపించేసాడు దేవదత్తుడు.

తర్వాత రోజున వచ్చిన వారిని చూసి "ఈ రోజు మీరు ఈ భూమిలో ఒకచోటే ఒకళ్ళు అలసిపోయిన తర్వాత ఒకళ్ళు బావి తవ్వండి " అని ఆజ్ఞాపించాడు దేవదత్తుడు.

దేవదత్తుడు చెప్పినట్టు వాళ్ళు ఒకరు అలసిన తర్వాత ఒకరు ఒకచోటే బావిని తవ్వారు. మధ్యాహ్నం వేళకు నలుగురు కలిసి అరవై అడుగులు తవ్వారు. నీళ్ళు పడ్డాయి. నలుగురూ ఆశ్చర్య పోయారు.

"చూసారా! మీరు విడివిడిగా తవ్వితే కొంత సేపటికే అలసిపోయారు. అందరూ కలిసి తవ్వితే ఒకరు అలసిపోయిన వెంటనే మరొకరు ఉత్సాహంగా తవ్వారు. బావిలో నీళ్ళు పడేటట్టు చేసారు. మీరు అందరూ కలిసి బావిని తవ్వడంలో ఎలా సఫలీకృతులయ్యారో మీరందరూ కలిసి ఉమ్మడిగా జీవిస్తే కలకాలం సంతోషంగా ఉంటారు. కలిసి ఉంటే కలదు సుఖం అని తెలుసుకోండి" అని చెప్పాడు దేవదత్తుడు.

దేవదత్తుడు చెప్పినదాంట్లో అంతరార్థం అర్ధమయ్యి తమ నిర్ణయం తప్పని తెలుసుకున్నారు. అప్పటినుండీ తమ తండ్రి చెప్పినట్టు కలిసి పనిచేసుకునేవారు. రాజయ్య మంచి సంబంధాలు చూసి నలుగురికీ పెళ్ళిళ్ళు చేసాడు. దేవదత్తుడు నేర్పిన పాఠంతో అందరూ ఉమ్మడికుటుంబంగా ఉంటూ సంతోషంగా జీవించారు.

చెడు స్నేహాలు అనర్థాలకు దారులు

అది ఒక భీకారణ్యం. ఆ అరణ్యంలో రకరకాల పక్షులు, జంతువులు జీవిస్తూ ఉండేవి. ఆ అరణ్యం మధ్యలో ఒక పెద్ద నేరేడు చెట్టు, ఆ చెట్టుకు దిగువున ఒక సరస్సు ఉండేది.

ఆ నేరేడు చెట్టు మీద అనేక పక్షులు జీవిస్తున్నాయి. వాటిల్లో వాయసమాల అనే కాకి, మరుతేజి అనే చిలుక తమ,తమ కుటుంబాలతో జీవిస్తూ ఉండేవి. అవి పగలంతా ఆహార సంపాదనకు పోయి సాయంత్రానికి గూటికి చేరేవి. పగలంతా సంపాదించిన ఆహారాన్ని ఆ రెండు కుటుంబాలు సమానంగా పంచుకుని తినేవి. చాలా అన్యోన్యంగా, స్నేహంగా ఉండేవి. మధ్యలో ఎవరెన్ని చెప్పి వీళ్లని విడదీద్దామని ప్రయత్నించినా విడిపోయేవి కాదు. ఎవరి మాటలు నమ్మేవి కావు.

ఆ చెట్టు దిగువన ఉన్న సరస్సులో అనేక తాబేళ్లు జీవిస్తూ ఉండేవి. అవన్నీ ఆ చెట్టు నుండి రాలే నేరేడు పళ్లని తినేవి. సరస్సు బయట, సరస్సు లోపల ఆనందంగా ఆడుకునేవి. ఆ తాబేళ్లల్లో మాషాదకశ్యపి అనే అందమైన తాబేలు ఉండేది. ఆ నేరేడు పళ్లని చాలా ఇష్టంగా తినేది. అందరితోనూ స్నేహం చేయాలని చూసేది. అందరినీ గుడ్డిగా నమ్మేది. ఈ విషయంలోనే తాబేలు వృద్ధుడైన కూర్మదాసరి హెచ్చరించేవాడు.

"ఎవరినీ గుడ్డిగా నమ్మకూడదు. ఒకటికి రెండు సార్లు ఆలోచించి ఎవరితోనైనా స్నేహం చేయాలి. తొందరపడి చెడు స్నేహాలు చేయవద్దు" అని పదే పదే అందరికీ చెప్పేవాడు.

అన్ని తాబేళ్లు కూర్మదాసరి చెప్పినట్టు విని నడుచుకునేవి. కానీ మాషాదకశ్యపి ఆ మాటలను పెడచెవిన పెట్టేది. అందరితోనూ స్నేహం చేసేది.

ఆ నేరేడు చెట్టుపై ఉన్న పక్షులు, సరస్సులో ఉన్న తాబేళ్లు చాలా స్నేహంగా ఉండేవి. ఎవరైనా వేటగాళ్లు వస్తే పక్షలన్నీ అరిచేవి. ఆ అరుపులు విని తాబేళ్లు జాగ్రత్తపడేవి. ఇలా అవన్నీ జీవనం సాగిస్తున్నాయి.

ఒకరోజు జంబుకవాలి అనే నక్క ఆ ప్రాంతానికి వచ్చింది. అక్కడ తాబేళ్ల గుంపును చూసింది. ఎలాగైనా ఆ తాబేళ్లను తినాలనిపించింది. కానీ ఆ తాబేళ్లకు కాపలాగా ఉన్న పక్షులను

కూడా చూసింది. ఆ తాబేళ్లను తినడం అంత సులువు కాదనిపించింది. ఈ విషయమే తన నక్కల గుంపుకు చెప్పింది.

ఇది విన్న నక్కల రాజు క్షుద్రకేతువు "నువ్వు చెప్పింది వింటే తాబేళ్లను చంపడం అంత సులువు కాదు. కానీ తెలివిగా ఆలోచిస్తే అది సాధ్యపడుతుంది. ఆ తాబేళ్లలో ఎవరో ఒకరిని మచ్చిక చేసుకుంటే, ఆ తాబేలు ద్వారా మిగతా వాటిని కూడా చంపవచ్చు. రేపటినుండి నువ్వు ఆ పనిలో ఉండు" అని జంబుకవాలికి ఆజ్ఞ వేసింది.

ఆ రోజు నుంచి జంబుకవాలి ఆ తాబేళ్ల గుంపును పరిశీలించడం మొదలుపెట్టింది. ఆ తాబేళ్ల ల్లో ఎవరిమాట వినకుండా అటూ,ఇటూ పరుగులు పెడుతున్న మాషాదకశ్యపి మీద జంబుకవాలి కన్ను పడింది. తాబేళ్ల గుంపునుండి దూరంగా బయటకి వచ్చింది మాషాదకశ్యపి. అప్పుడు పరుగు పరుగున మాషాదకశ్యపిని చేరింది జంబుకవాలి. జంబుకవాలిని చూడగానే కొంచెం భయపడింది మాషాదకశ్యపి.

"భయపడకు మిత్రమా! నా పేరు జంబుకవాలి. అదిగో ఆ దూరంగా కనబడుతున్న చెట్ల పొదల్లో మేము ఉంటాము. చాలా కాలం నుంచి నిన్ను చూస్తున్నాను. నీ అంత అందమైన తాబేలు ఈ అరణ్యంలో లేదు. ఎప్పటినుండో నీకీవిషయం చెబుదామనుకుంటున్నాను. కుదర్లేదు. ఈ రోజుకి కుదిరింది. నీలాంటి అందమైన దానితో నాకు స్నేహం చేయాలని ఉంది. నాతో స్నేహం చేస్తావా?" అని అడిగింది జంబుకవాలి.

తనని అందంగా ఉన్నానని అనడంతో పొంగిపోయింది మాషాదకశ్యపి. "తప్పకుండా మిత్రమా! నీలాంటి పెద్దవాళ్ల స్నేహం దొరకడం నా అదృష్టం. మనం స్నేహితులుగా ఉందాం!" అని చెప్పింది మాషాదకశ్యపి.

ఆరోజు నుండి వాళ్లిద్దరూ మంచి స్నేహితులయిపోయారు. మాషాదకశ్యపిని తన వీపు మీద ఎక్కించుకుని ఆ అడవి అంతా తిప్పేది జంబుకవాలి. అవన్నీ చూస్తూ ఆనందపడిపోయేది మాషాదకశ్యపి. తమ శిబిరానికి దగ్గరలో ఉన్న పెద్ద చెరువును చూపించింది జంబుకవాలి. ఆ చెరువులో తనివితీరా ఈతకొట్టి సంతోషపడిపోయేది మాషాదకశ్యపి.

మాషాదకశ్యపి ఆ నక్కతో తిరగడం చూసి మరుతేజి, కూర్మదాసరికి చెప్పింది. అది విన్న కూర్మదాసరి "మాషాదా! నువ్వు చేసే పని నాకు నచ్చలేదు. ఎవర్ని నమ్మినా నక్కలను అస్సలు

నమ్మకూడదు. నీ వల్ల నీకు మాత్రమే కాదు, మా అందరికీ ఆపదను తెచ్చిపెట్టేటట్టు ఉన్నావు" అని హెచ్చరించాడు.

"తాతా! అన్ని జాతులలోనూ మంచివాళ్లు ఉంటారు, చెడ్డవాళ్లు ఉంటారు. జంబుకవాలి చాలా మంచిది. ముందు, ముందు మీకే తెలుస్తుంది. నన్ను నమ్మండి" అని చెప్పింది మాషాదకశ్యపి.

మాషాదకశ్యపి చెప్పినది విన్న తర్వాత అన్నీ ఆలోచనల్లో పడ్డాయి. కొన్ని తాబేళ్లు నమ్మాయి. కొన్ని తాబేళ్లు నమ్మకుండా తమ జాగ్రత్తలో తాము ఉన్నాయి.

ఇదిలా ఉండగా వేసవికాలం రాగానే తాబేళ్లు ఉండే సరస్సు ఎండిపోయింది. నీరు లేక ముసలి తాబేళ్లు చనిపోవడం మొదలయ్యాయి. ఏం చేయాలో పాలుపోని స్థితిలో అన్నీ ఆలోచనలో పడ్డాయి.

ఇదే అదనుగా చూస్తున్న జంబుకవాలి, మాషాదకశ్యపిని సమీపించి "మిత్రమా! సరస్సు ఎండిపోయి, నీరులేక మీరు ఎన్ని అవస్థలు పడుతున్నారో చూస్తున్నాను. అది చూసి నా హృదయం ద్రవించిపోయింది. మీరొప్పుకుంటే మీ అందర్నీ మా శిబిరం దగ్గరున్న చెరువులోకి తీసుకెళ్తాం. ఆ చెరువులో నువ్వు ఈత కూడా కొట్టావు కదా! ఆ చెరువు ఎండలేదు. అందులో నీళ్లు పుష్కలంగా ఉన్నాయి. ఒక్కసారి మీ వాళ్లతో చెప్పి ఒప్పించు" అని చెప్పింది.

అది విన్న మాషాదకశ్యపి చాలా ఆనందించింది. మరొకసారి మంచి స్నేహితుడు దొరికినందుకు సంతోషించింది. జంబుకవాలి చెప్పినది అందరి తాబేళ్లకు చెప్పింది. ఆ నక్కలతో వెళ్లడం కొన్ని తాబేళ్లకు ఇష్టం లేకపోయినా, ఇప్పుడున్న పరిస్థితుల్లో ఏమీ చేయలేక మాషాదకశ్యపి చెప్పిన దానికి సరేనన్నాయి. ఇదంతా చూసి, ఇందులో ఏదో మోసం ఉందని పక్షులన్నీ చెప్పినా, తాబేళ్లు తమ మనుగడ కోసం వాటి మాటను వినలేదు.

తర్వాత రోజే తాబేళ్లు తమ స్థానాన్ని మార్చేందుకు సిద్ధపడ్డాయి. చాలా నక్కలు వచ్చాయి. వాటి వీపు మీద అన్ని తాబేళ్లను ఎక్కించుకుని వాటి స్థావరానికి తీసుకెళ్లాయి. అప్పటికే ఆ స్థావరంలో ఉన్న నక్కలు ముందుగా ఆలోచించుకున్నట్టు అన్ని తాబేళ్లను వలలతో బంధించాయి. అన్ని తాబేళ్లు వలలో చిక్కుకుని గిలగలలాడాయి. తాము సామూహికంగా ఆ నక్కలకు బలి అయ్యామని అర్థమయ్యింది.

"చూసావా మాషాదా! నీ స్నేహం ఎంతకు దారి తీసిందో? నేను ముందు నుంచీ చెప్తూనే ఉన్నాను. ఎవరూ నా మాట వినలేదు. ఇప్పుడు అందరూ అనుభవించండి " అని అన్నాడు కూర్మదాసరి.

ఇక చేసేదేమీలేక తమ వైపు వస్తున్న నక్కలను చూస్తూ భయపడుతూ బిక్కుబిక్కమంటూ ఉన్నాయి తాబేళ్లు. ఇంతలో ఎక్కడినుండి వచ్చాయో కొన్ని వేల పక్షులు ఒక్కసారిగా వచ్చి ఆ వలను ఎత్తుకుపోయాయి. నక్కలు ఎంత ఎగిరినా ఆ వల అందలేదు. ఆ పక్షులన్నీ ఆ తాబేళ్లను మరొక సరస్సులోనికి తీసుకెళ్లి వల నుండి విడిపించాయి. తమను విడిపించిన పక్షులన్నింటికీ కృతజ్ఞతలు తెలియజేసాయి. అన్ని పక్షులు వాయసమాల, మరుతేజి వల్లే మేము మిమ్మల్ని రక్షించామని చెప్పాయి.

"అవును మిత్రులారా! మేము ఎప్పటినుండో మాషాదకశ్యపి ని గమనిస్తున్నాము. ఎప్పటికైనా మీకీ పరిస్థితి వస్తుందని ఊహించాము. అందుకే మా పక్షులకు ఎప్పటికప్పుడు చెప్తూ సన్నద్ధం చేస్తున్నాము. ఇప్పటికైనా చెడు స్నేహం వైపు వెళ్లకండి" అని చెప్పాయి వాయసమాల, మరుతేజలు.

తాబేళ్లన్నీ మరల అన్ని పక్షులకు కృతజ్ఞతలు చెప్పాయి. అప్పటినుండీ చెడు స్నేహాల వైపు వెళ్లకుండా అన్నీ కలిసిమెలిసి జీవించాయి.

మాయా దీపం

పూర్వం హనుమకొండ అనే ఊరిలో ఛాందిని, భూమిక అనే ఇద్దరు ఒకే స్కూల్ లో ఐదవతరగతి చదువుతుండేవారు. ఇద్దరూ ఒకే స్కూల్ లో చదువుతున్నా, ఛాందిని అంటే భూమికకి కించింత్ అసూయ ఉండేది. ఎప్పుడూ ఛాందినియే ఫస్ట్ వస్తుందని, టీచర్లందరూ ఛాందినినే పొగుడుతారని భూమిక కొంచెం ఈర్ష్య పడేది.

ఛాందిని వాళ్లు కొంచెం లేనివాళ్లు. ఛాందిని నాన్న రామదాసు ఆ ఊళ్లో చిన్న హోటల్ నడిపేవాడు. భూమిక నాన్న కృష్ణంరాజు బాగా జమీందారు. ఆ ఊరికి సర్పంచ్. ఆ ఊళ్లో ఈ ఒక్క స్కూలే ఉండడంతో పేద, ధనిక అనే తేడా లేకుండా అందరూ ఆ స్కూల్లోనే చదువుకునేవారు. తన తండ్రి కొన్న ఖరీదైన బొమ్మలు, వస్తువులు ఛాందినికి చూపించి గొప్పలకు పోయేది భూమిక. తన బొమ్మలు చూసి ఛాందిని ఉడుక్కుంటుందని అనుకునేది. కానీ ఛాందిని ఎప్పుడూ ఎవరిమీదా ఈర్ష్య పడేది కాదు. తన పని తాను చూసుకునేది. అవసరమైతే అవతలి వాళ్లకు తన చేతనైనంత సాయం చేసేది.

భూమిక ఒకరోజు స్కూల్ కు ఒక రోబో బొమ్మను తెచ్చింది. తన క్లాస్ లో అందరికీ చాలా గొప్పగా చూపించింది. ఛాందిని కి కూడా చూపించింది. ఆ బొమ్మను ఒకసారి ఇమ్మని అడిగింది ఛాందిని. కానీ భూమిక ఆ బొమ్మను ఛాందినికి ఇవ్వలేదు. అప్పుడు ఛాందిని చాలా బాధపడింది. ఏడుస్తూ ఇంటికి వెళ్లింది.

అది చూసిన రామదాసు "ఏమ్మా బంగారు తల్లీ! ఎందుకు ఏడుస్తున్నావు? పరీక్షల్లో మార్కులేమైనా తక్కువొచ్చాయా?" అని అడిగి ఛాందినిని ఒళ్లో కూర్చోబెట్టుకున్నాడు.

"నాన్నా! మరేమో, మరేమో, భూమిక ఈ రోజు కొత్త బొమ్మ తెచ్చింది. వాళ్ల నాన్నగారు కొనిచ్చారుట. ఒకసారి చూసిస్తానన్నా ఇవ్వలేదు. నాక్కూడా అలాంటి బొమ్మ కొను నాన్నా!" అని ఏడుస్తూ చెప్పింది ఛాందిని.

"చూడమ్మా! వాళ్లు బాగా ఉన్నవాళ్లు. రోజుకొక బొమ్మను కొనుక్కుంటారు. మనకంత డబ్బులు లేవు కదా! మనం కొనుక్కోలేం. నువ్వు బాగా చదువుకుని పెద్ద ఉద్యోగం చేసావనుకో, అప్పుడు బోల్డన్ని బొమ్మలు కొనుక్కోవచ్చు. మనకి ఉన్నదాంట్లో సంతృప్తిగా ఉంటేనే మనం సంతోషంగా ఉండగలం. మనకి అందని వాటికి ఆశ పడితే నిరాశే తప్ప ఏమీ మిగలదు. ఈ సారి

డబ్బులొస్తే కొంటానులే! ఏడవకుండా ఆడుకో బంగారం!" అని ఛాందినిని ఓదార్చాడు రామదాసు.

తండ్రి మాటలకు సేదతీరిన ఛాందిని ఆడుకోవడానికి బయటకు వెళ్లింది. ఎప్పుడూ నీళ్లతో ఉండే చెరువు ఎండిపోవడం చూసింది. ఆ ఎండిపోయిన చెరువులోకి వెళ్లింది. ఆ చెరువంతా బాగా ఎండిపోయి బీటలు వారి ఉంది. ఆ బీటలలో ఏమి ఉందా అని చూసింది. కొన్ని బీటలలో దాగున్న నత్త గుల్లలను తీసుకుంది. అలా బీటలను చూసుకుంటూ చెరువు మధ్యలో ఉన్న ఒక బీట దగ్గర ఆగింది. అకస్మాత్తుగా ఛాందిని కళ్లు ఆ బీటలో దాగున్న వస్తువు మీద పడింది. ఒక రాగి దీపం అది. బాగా చిలుం పట్టి ఉంది. ఆ దీపాన్ని తీసుకుని పరుగు పరుగున ఇంటికి వెళ్లింది. ఎవరికీ తెలియకుండా తన బ్యాగ్ లో పెట్టింది.

తెల్లవారుజామున ఎవరూ లేక ముందే ఛాందిని లేచింది. ఆ దీపాన్ని చిలుం పోయేటట్టు బాగా తోమింది. ఇప్పుడు ఆ రాగి దీపం ధగధగ మెరిసిపోతోంది. ఇప్పుడు ఆ దీపాన్ని బాగా తడిమి చూసింది. ఆ దీపం పై భాగంలో చిన్న మూత ఉంది. అది తీసింది. ఒక్కసారిగా ఒక పెద్ద భూతం అందులోంచి బయటకు వచ్చింది. ఆ భూతాన్ని చూసి భయపడింది ఛాందిని.

అప్పుడు ఛాందిని ని చూసి ఆ భూతం "మిత్రమా! భయపడకు. నేను కొన్ని లక్షల సంవత్సరాల క్రితం చనిపోయిన భకాసరుడనే రాక్షసుడను. అప్పుడు ఇక్కడ ఒక అరణ్యం ఉండేది. ఆ అరణ్యంలో నివాసముంటున్న మునుల యజ్ఞ యాగాదులను పాడు చేసే వాడిని. ఆ మునులలో శ్రేష్టుడైన విశ్వంభర అనే మహర్షి నన్ను శపించి, ఇదిగో ఈ రాగి దీపంలో పెట్టి, భూమిలో పూడ్చి పెట్టాడు. నాకు విముక్తిని ప్రసాదించండని ఆ మహర్షిని వేడుకున్నాను. అప్పుడు ఆ మహర్షి "కలియుగంలో నీకు విడుదల దొరుకుతుంది. ఎవరో ఒకరు నిన్ను ఈ దీపం మూత తీసి విడుదల చేస్తారు. ఎవరైనా నిన్ను ఈ దీపం నుండి విడుదల గావిస్తారో వారు అడిగిన సాయం చేయాలి. వారి వెన్నంటే ఉండాలి. వారికి ఎవరైనా అన్యాయం చేస్తున్నారని తెలిస్తే వారి బారినుండి రక్షించాలి. అలా నిన్ను విముక్తి చేసిన వారికి జీవితాంతం సాయపడితే, నీకు పూర్తి విముక్తి కలుగుతుంది" అని చెప్పాడు.

కాబట్టి మిత్రమా! భయపడకు. నీకు ఏ కోరిక కావాలన్నా నేను తీరుస్తాను. రోజుకి ఒక్క కోరికే కోరాలి. కోరిక తీర్చిన వెంటనే నేను మళ్లీ దీపంలోకి వెళ్లి పోతాను. మరల మూత తీస్తేనే నేను బయటకు వస్తాను. కానీ ఆ కోరిక నీకు తగినదై ఉండాలి. అత్యాసకు పోయి నీకు అందని కోరికలు అడిగితే నేను మాయమైపోతాను" అని అంది ఆ భూతం.

అంతా విన్న ఛాందిని "నాకు భూమిక దగ్గర ఉన్న బొమ్మ లాంటిది కావాలి" అని అడిగింది. వెంటనే ఆ భూతం అలాంటి బొమ్మే తెచ్చి ఇచ్చింది.

తరువాతి రోజు ఛాందిని ఆ బొమ్మను తీసుకుని స్కూల్ కి వెళ్ళింది. అందరికీ చూపించి ఆనందపడింది. కానీ భూమిక చాలా ఈర్ష్య పడింది. విరామంలో ఛాందిని బయటకు వెళ్లినప్పుడు ఛాందిని బ్యాగ్ తీసింది. అందులో ఉన్న ఆ బొమ్మను ముక్కలు, ముక్కలు చేసింది. ఇంకా ఆ బ్యాగ్ లో ఏమున్నాయా అని చూసింది. ఆ రాగి దీపాన్ని చూసి దొంగిలించింది.

ఇంటికి వెళ్లి చూస్తే ఆ రాగి దీపం కనబడలేదు. బొమ్మ ముక్కలు, ముక్కలుగా పడి ఉంది. ఛాందిని చాలా బాధపడింది. భూమిక మాత్రం ఉత్సాహంగా తన గది తలుపులు వేసి ఆ రాగి దీపాన్ని బయటకు తీసింది. ఆ దీపానికున్న మూతను తీసింది. వెంటనే ఆ భూతం బయటకు వచ్చింది. ఎదురుగా భూమిక ఉంది. జరిగినదంతా తెలుసుకుని భూమిక, ఛాందినిని మోసం చేసిందని తెలుకుంది. ఆ భూమిక రెండు చేతుల మీద వాతలు పెట్టింది. ఏ పని చేయనివ్వకుండా చేసింది.

తరువాతి రోజు స్కూల్ కి వెళ్ళిన తర్వాత ఛాందినికి జరిగినదంతా చెప్పుకుని ఏడ్చింది భూమిక. వెంటనే ఛాందిని ఆ దీపం మూత తీసి భూతాన్ని బయటకు తీసింది. భూమిక ను క్షమించి మరల మామూలు చేతులు వచ్చేటట్టు చేయమంది. ఆ భూతం ఛాందిని చెప్పినట్టే చేసి మరల ఆ దీపం లోకి వెళ్లి పోయింది. భూమిక, ఛాందిని ని మనస్పూర్తిగా క్షమించమని అడిగింది. ఆ రోజు నుండీ వారిద్దరూ మంచి స్నేహితులయ్యారు.

అపాయంలో ఉపాయం

రామాపురం అనే ఊరు చెక్క బొమ్మలు, మట్టి బొమ్మలకు ప్రసిద్ధి. ఆ ఊరి జనాలందరూ తరతరాలుగా ఆ బొమ్మలు చేస్తూ, పొరుగు ఊళ్లల్లో అమ్ముకుంటూ జీవనోపాధిని పొందేవారు. ఆ బొమ్మలకు మంచి ప్రాచుర్యం రావడంతో ఎక్కడ ఎక్కడినుంచో జనాలు రామాపురం వచ్చి బొమ్మలు కొనుక్కుని వెళ్లేవారు.

ఆ ఊరి పొలిమేరలో దట్టమైన చెట్లు ఉండేవి. ఆ చెట్ల మీద రకరకాల పక్షులు గూళ్లు కట్టుకుని జీవించేవి. ఉదయాన్నే బయలుదేరి ఆ ఊరిలోకి వెళ్ళి ఆహారం సంపాదించుకుని సాయంత్రం తమ గూళ్లకు చేరి తమ పిల్లలతో ఆ ఆహారాన్ని పంచుకుని ఆనందంగా జీవనం సాగించేవి.

కానీ కొన్నాళ్లనుంచీ ఆ పక్షుల్లో ఒక ఆందోళన చోటు చేసుకుంది. అదేమిటంటే ఉదయాన్నే మేతకు వెళ్ళి సాయంత్రం గూటికి చేరేటప్పటికి తమ గూళ్లల్లోని గుడ్లలో కొన్ని మాయమయిపోవడం. ఇలా మాయమవడం అన్ని రకాల పక్షులు గమనిస్తున్నాయి. కానీ ఎవరు తమ గుడ్లను మాయం చేస్తున్నారో అర్ధం కావడం లేదు. అందుకే పక్షులన్నీ అత్యవసర సమావేశం ఏర్పాటు చేసుకున్నాయి. అన్ని పక్షులకు తమ, తమ భాషలో దండోరా వేసుకున్నాయి, ఆ అత్యవసర సమావేశానికి అందరూ తప్పనిసరిగా హాజరవ్వాలని.

అన్ని రకాల పక్షులూ ఒక పెద్ద చెట్టు మీద సమవేశమయ్యాయి. ఆ పక్షులలో పిల్లా, పెద్దా, ముసలి అన్ని వయసుల పక్షులున్నాయి.

అందులో యుక్త వయస్సులో ఉన్న నీలాంబరి అనే పావురం అందరినీ ఉద్దేశించి మాట్లాడింది. "ఈ రోజు ఈ సమావేశానికి మనమందరం ఎందుకు హాజరయ్యామో అందరికీ తెలుసు. గత కొన్నాళ్లుగా మన పిల్లలను చూడకుండానే, గుడ్లగా ఉండగానే పోగొట్టుకుంటున్నాం. ఆ బాధ వర్ణనాతీతం. ఆ బాధ ఏ ఒక్కరిదో కాదు. అందరం ఏదో ఒక రోజు అనుభవిస్తున్నాం. ఇక ఈ బాధలు పడకుండా శాశ్వత పరిష్కారం కనుక్కోవాలి. ఎవరికి తోచిన సలహా వాళ్లు మొహమాటపడకుండా ఇవ్వండి. వాటిల్లో అత్యుత్తమమైన సలహాను అందరం పాటిద్దాం" అని చెప్పింది నీలాంబరి.

ఆ పక్షుల లోంచి చంద్రావతి అనే పిచ్చుక ముందుకొచ్చింది. "మనం మన గూళ్లను చిన్న చిన్న కొమ్మలు, ఆకులతో కట్టుకుంటున్నాం. కానీ ఆ కొమ్మలు బదులు ముళ్ల కంపలతో కట్టుకుంటే ఎవరైనా మన గూళ్లు ముట్టుకోవడానికి భయపడతారు" అని చెప్పింది.

"అలా ముళ్ల కంపలతో గూళ్లు కట్టుకుంటే గుడ్లు తీసే వాళ్లు భయపడతారు సరే! మన చిన్న పిల్లలకు కూడా అది ప్రమాదమే కదా!" అని ఆ పక్షులలో ఉన్న శాంకరి అనే గుడ్లగూబ ఆ సలహాలో ఉన్న ఇబ్బంది విడమర్చి చెప్పింది.

అన్ని పక్షులూ శాంకరి చెప్పింది కూడా నిజమే అని వంత పాడాయి. ఆ తర్వాత చాలా పక్షుల సలహాలు విని ఒక ఒప్పందానికి రాలేకపోయాయి. ఆఖరిగా మిత్రవింద అనే రామచిలుక వచ్చింది.

"ముందుగా మన గుడ్లు దొంగిలించేది ఎవరో కనిపెట్టాలి. ఆ తర్వాత ఆ శత్రువు ఆకారాన్ని, రూపురేఖలను బట్టి ఒక పథకం ఆలోచించాలి. దాని కోసం రోజూ లాగ అందరం బయటకి పోకుండా, మనలోనే ఎవరో ఒకరిని కాపలాగా పెట్టి ఆ శత్రువు ఎవరో కనుక్కుందాం. ఆ తర్వాత ఆ శత్రువును ఎలా మట్టు పెట్టాలో ఆలోచిద్దాం" అని సలహా ఇచ్చింది మిత్రవింద.

మిత్రవింద చెప్పిన సలహా అక్కడున్న పక్షులన్నింటికీ నచ్చింది. అందరూ ఒక మాట అనుకుని మిత్రవిందనే కాపలాగా ఉండమన్నారు. అందరి కోరిక మేరకు కాపలాగా ఉండడానికి మిత్రవింద ఒప్పుకుంది.

తెల్లారింది. ఎప్పటిలాగే ఆ రోజు కూడా అన్ని పక్షులూ ఆహారం సంపాదించడానికి బయల్దేరాయి. ఎవరికీ కనపడకుండా మిత్రవింద ఆకుల చాటున కాపలా కాస్తోంది. మిట్ట మధ్యాహ్నం అయ్యింది. ఒక నల్లని అడవి పిల్లి చెట్ల పైకి ఎక్కుతోంది. తనకు దొరికిన గుడ్లు తీసుకుని పారిపోయింది. ఇదంతా దూరం నుంచి బాగా గమనించింది మిత్రవింద.

ఆ రోజు సాయంత్రం మరల అన్ని పక్షులూ సమావేశమయ్యాయి. మిత్రవింద తను చూసిన విషయం గురించి, ఆ అడవి పిల్లి గురించి చెప్పింది. ఇప్పుడు ఆ అడవి పిల్లిని ఏం చేద్దాం అని ఆలోచనలో పడ్డాయి.

నీలాంబరి ముందుకు వచ్చి " నాకు ఒక మంచి ఉపాయం తోచింది. ఇది కొంచెం కష్టతరమైనా మనం ఈ రాత్రికే అది చేసి తీరాలి. ముందు మన గుడ్లను దగ్గరలో ఉన్న ఊళ్లో చెట్ల మీదకు మార్చాలి. ఆ ఊళ్లో అందరూ దూదితో రకరకాల పక్షుల గుడ్లను తయారుచేసి అమ్ముతున్నారు. అవి అచ్చుగుద్దినట్టు మనం పెట్టే గుడ్లలాగానే ఉంటాయి. మన గుడ్ల స్థానంలో ఆ గుడ్లను పేర్చుదాం. రేపు ఆ నల్ల పిల్లి వచ్చి మన గుడ్లే అని అవి తింటుంది. అవి అరగక గిలగిలా కొట్టుకుంటుంది" అని చెప్పింది.

అన్ని పక్షులూ నీలాంబరి ఉపాయం బాగుందని మెచ్చుకుని కష్టమైనా నీలాంబరి చెప్పినట్టు చేసాయి.

తెల్లవారగానే అన్ని పక్షులూ ఆహారానికి బయల్దేరాయి. చెట్ల మీద పక్షులు లేవని నిర్ధారించుకున్న తర్వాత ఆ అడవి పిల్లి మెల్లగా చెట్టెక్కింది. ఆక్కడ దూదితో చేసిన చాలా గుడ్లు చూసింది. అవి నిజమైన గుడ్లు అనుకుని అన్నింటినీ ఒకేసారి నోట్లో పెట్టుకుంది. ఆ గుడ్లు తినేటప్పటికి ఆ పిల్లికి గొంతుక పట్టినట్టయ్యింది. చెట్టు దిగి గిలగిలా కొట్టుకోవడం మొదలు పెట్టింది. ఈ అవకాశం కోసమే ఎదురు చూస్తున్న పక్షులన్నీ ఒక్కసారిగా ఆ పిల్లిని చుట్టుముట్టి తమ ముక్కులతో పొడిచి, పొడిచి చంపాయి.

ఆ రోజునుంచి ఏ శత్రువుకైనా మంచి ఉపాయంతో బుద్ధి చెప్పి అన్ని పక్షులూ కలసికట్టుగా, సంతోషంగా జీవిస్తున్నాయి

భలే ఉపాయం

పూర్వం అంగథ రాజ్యాన్ని మహాదేవ వర్మ అనే రాజు పరిపాలించేవాడు. అతని రాజ్యంలో అందరూ సుభిక్షంగా ఉండేవారు. ఎవరి పనులు వారు చేసుకుంటూ ఆనందంగా జీవించేవారు. మహదేవ వర్మ కు నీతి సలహాలు ఇచ్చే సలహాదారుడిగా సూర్యపుత్రుడు అనే మంత్రిని నియమించుకున్నాడు. సూర్యపుత్రుడు చాలా తెలివైనవాడు. ఎలాంటి క్లిష్ట సమస్యనైనా అవలీలగా పరిష్కరించేవాడు. అందుకే మహదేవ వర్మ కూడా అతన్ని బాగా నమ్మేవాడు.

ఆ రాజ్యంలో గోవిందరాజులు అనే ఆసామి ఉండేవాడు. అతని స్వశక్తితో ధనాన్ని కూడబెట్టాడు. అతని కష్టంతో ఇరవై ఎకరాలు సంపాదించాడు. అతని భార్య పేరు శాంతమ్మ. వాళ్లకి ముగ్గురు కొడుకులు. గోవిందరాజులు తన ముగ్గురు కొడుకులకి తన తాహతకు దగ్గట్టు మంచి చదువులు చెప్పించాడు. అంత మంచి చదువులు చదివినా, అందరూ వ్యయసాయంలో తండ్రికి చేదోడు వాదోడుగా ఉంటున్నారు. వాళ్లు వయసుకి వచ్చారని మంచి సంబంధాలు చూసి పెళ్లిళ్లు చేసాడు. అప్పటి నుండీ ఇంటిలో చిన్న చిన్న కలతలు మొదలయ్యాయి. తోడికోడళ్ల మధ్య ఉన్న ఈర్ష్యల వల్ల అవి చిలికి చిలికి గాలావానల్లా మారాయి. ఏ ఏ పనులు చేయాలన్న విషయంలో ఒకళ్ల మధ్య ఒకళ్లకి అభిప్రాయ బేధాలు వచ్చాయి. ఇవన్నీ గోవిందరాజుల దంపతులు గ్రహించి చాలా బాధపడేవారు. కానీ ఏమీ చేయలేని నిస్సహాయ స్థితిలో ఉన్నారు.

వయసు మీద పడడంతో గోవిందరాజులు ఒక్కడే అన్ని ఎకరాలలో వ్యవసాయం చేయలేకపోతున్నాడు. వృద్ధుడయిపోవడంతో తన వ్యవసాయ వృత్తిని తన కొడుకులకి అప్పగించి తన శేష జీవితాన్ని కృష్ణా రామా అనుకుంటూ గడుపుదామని నిశ్చయించుకున్నాడు. కానీ కోడళ్ల మధ్య ఉన్న కలతల వల్ల ఇది సాధ్యమా అని ఆలోచించాడు. ఎటూ తేల్చుకోని స్థితిలో మంత్రి సూర్యపుత్రుడిని సంప్రదించాడు.

"మంత్రివర్యా! నా పరిస్థితి మొత్తం మీకు వివరించాను. నా ముగ్గురు కొడుకులు మంచివారే. కోడళ్లు కూడా మంచివారే. కానీ వాళ్లల్లో ఒకళ్లంటే ఒకళ్లకు పడదు. అందరూ తలో దారి అయిపోతారేమోనని భయంగా ఉంది. ఈ విషయంలో నాకేం చేయాలో పాలుపోవట్లేదు. మీరే సరైన సలహా ఇచ్చి పుణ్యం కట్టుకోగలరు" అని సూర్యపుత్రుడిని అడిగాడు గోవిందరాజులు.

"రేపు ఉదయం నేను మీ ఇంటికి వస్తాను. ఆ సమయానికి మీ కొడుకులను, కోడళ్లను సమావేశపరచండి. మిగతా కథ నేను నడిపిస్తాను " అన్నాడు సూర్యపుత్రుడు.

మంత్రి చెప్పినట్లుగానే తరువాతి రోజు తన ముగ్గురు కొడుకులను, కోడళ్లను సమావేశపరిచాడు గోవిందరాజులు. సూర్యపుత్రుడు కూడా అక్కడికి వచ్చాడు.

గోవిందరాజులు కొడుకులను చూసి, "మీ నాన్నగారు పెద్దవారు అయ్యిపోయారు. ఇక శ్రమించే ఓపిక లేదు. అందుకే పొలం బాధ్యతలు మీకు, ఇంటి బాధ్యతలు మీ ధర్మపత్నులకు అప్పగించి, ఈ శేష జీవితాన్ని సంతోషంగా గడుపుదామనుకుంటున్నారు. దీనికి మీరేమంటారు?" అని అడిగాడు సూర్యపుత్రుడు.

"మేమేమంటాము, నాన్నగారు చెప్పినట్టే చేస్తాం. మేము ముగ్గురం కలిసి ఇరవై ఎకరాలు కలిసి పండించుకుని ఆ లాభాలను సమానంగా పంచుకుంటాం. కానీ మా భార్యలతోనే అసలు సమస్య. ఎవరెవరు ఏ ఏ పనులు చేయాలి అని వాళ్లల్లో వాళ్లకి సందిగ్ధత" అని చెప్పాడు గోవిందరాజులు పెద్ద కొడుకు.

" నాకు అంతా అర్ధమయ్యింది. వంటపని ఎవరు చేయాలి, ఇంటి పెత్తనం ఎవరు చేయాలి, పాడితో వ్యాపారం ఎవరు చేయాలి? ఇవేగా మీ భార్యల సందిగ్ధత" అని అడిగాడు సూర్యపుత్రుడు.

అవునని తలూపారు అందరూ, కోడళ్లతో సహా.

"అయితే దీనికి ఒక్కటే పరిష్కారం. ముగ్గురు కోడళ్లు నాలుగు, నాలుగు నెలల చొప్పున ఒక్కొక్కరు ఒక్కో బాధ్యత తీసుకోండి. నాలుగు నెలలకో సారి బాధ్యతలు మార్చుకోండి. సంవత్సరం తర్వాత ఇదే రోజు మనం ఇక్కడ సమావేశమవుదాం. ఎవరు ఎందులో చక్కని పనితీరు కనబరిస్తే వారికి ఆ పనిని శాశ్వతంగా అప్పగిస్తాము" అని అన్నాడు సూర్యపుత్రుడు. అందరూ నవ్వుతూ ఈ ఒప్పందాన్ని ఒప్పుకున్నారు.

"కానీ ఇందులో ఒక చిన్న షరతు ఉంది. ఈ సంవత్సరం పాటు మీ ముగ్గురు కోడళ్లు మీకు అప్పగించిన పనులు చేసుకుంటూనే, అవతలి వాళ్లకు తెలియకపోతే సలహాలు, సూచనలు ఇచ్చుకోవాలి. ఒకళ్ల మీద ఒకళ్లకు పట్టరాని కోపం వచ్చినా నవ్వుతూ సర్దుకుపోవాలి. అందరూ కలిసే భోజనాలు చేయాలి. ఇందులో ఏ షరతు తప్పినా మీ మావగారి ఆస్తిని మా రాజు గారి ఖజానాకు చేరుస్తాం" అని చెప్పాడు సూర్యపుత్రుడు.

ఆ రోజునుంచి మంత్రి చెప్పినట్టు చేయడం మొదలు పెట్టారు గోవిందరాజులు కొడుకులు, కోడళ్లు. మొదట్లో చిన్న చిన్న విషయాలకు చిర్రుబుర్రు లాడుకున్నా క్రమేణా ఒకరికి ఒకరు సాయం చేసుకుంటూ అన్ని పనులూ చక్కగా చేసుకుంటున్నారు, ముగ్గురు కోడళ్లు. కొడుకులు ముగ్గురూ కలిసి ఒకమాట అనుకుని ఇరవై ఎకరాలు బాగా పండించారు. ఆ ఏడాది వర్షాలు కూడా బాగా పడి మూడు పంటలు చేతికి వచ్చాయి. ప్రతీ ఏడాది కన్నా రెట్టింపు లాభం వచ్చింది.

ఇలా సంవత్సరం గడిచిన తర్వాత ఒకరోజు సూర్యపుత్రుడు, గోవిందరాజుల ఇంటికి వచ్చాడు. మళ్లీ అందరినీ సమావేశపరచాడు. గోవిందరాజులు, శాంతమ్మ, ముగ్గురు కొడుకులు కూర్చున్నారు. కోడళ్లు ఎవరి పనుల్లో వాళ్లున్నారు. పెద్ద కోడలు సూర్యపుత్రుడికి ఫలహారం తెచ్చి ఇచ్చింది. రెండవ కోడలు గ్లాసుతో చల్లటి మజ్జిగ తెచ్చి ఇచ్చింది. అవన్నీ సూర్యపుత్రుడు ఆరగించిన తర్వాత, తిన్న ప్లేటు, గ్లాసులను మూడవ కోడలు తీసుకుని వెళ్లింది. ఇది అంతా నిశితంగా గమనించాడు సూర్యపుత్రుడు. ముగ్గురు కోడళ్లను కూడా రమ్మని పిలిచాడు.

"ఇప్పుడు చెప్పండమ్మా, ఎవరెవరికి ఏ ఏ బాధ్యతలు అప్పజెప్పమంటారు?" అని అడిగాడు సూర్యపుత్రుడు.

"సంవత్సరం క్రితం ఎవరు ఏ పని చేయాలని వాటాలు వేసుకునే వాళ్లం. కానీ అందరం కలిసి అన్ని పనులు చేసుకోవడంలో ఉన్న సంతృప్తి, మాకు ఈ సంవత్సర కాలంలో తెలిసింది. మేము ముగ్గురం కలిసి ఇప్పుడు అన్ని పనులు ఆనందంగా చేసుకుంటున్నాము. మాకు ఫలానా బాధ్యతలు కావాలని మాలో ఏ ఒక్కరికీ కోరిక లేదు. అందరం అన్ని పనులూ చేసుకుంటాం. సంవత్సరం క్రితం మేము ఆలోచించిన తీరుకు మేమే సిగ్గుపడుతున్నాం. ఇకముందు అందరం కలిసికట్టుగా ఒకే మాట మీద ఉంటాం" అని ఏక కంఠంతో ముగ్గురు కోడళ్లు అన్నారు.

అది విని సూర్యపుత్రుడి ఉపాయం ఫలించినందుకు ఆనంద పడ్డాడు. గోవిందరాజులు దంపతుల ఆనందానికి అవధుల్లేకుండా పోయాయి. కొడుకు, కోడళ్లతో, మనవళ్లతో తమ శేష జీవితాన్ని చాలా ఆనందంగా గడిపారు.

దొరికిన దొంగ

పూర్వం సాకేతపురి అనే రాజ్యాన్ని అమరేశ్వర వర్మ అనే రాజు పరిపాలించేవాడు. అతని రాజ్యంలో ఎవరికీ కష్టం కలగకుండా పాలన చేసేవాడు. ఆ రాజ్యంలో ఎవరికి గొడవ జరిగినా న్యాయంగా తీర్పు చెప్పేవాడు. ఆ తీర్పులు చెప్పడానికి సలహాదారుడిగా, మంత్రిగా విష్ణుక్రాంతని నియమించుకున్నాడు. విష్ణుక్రాంత కూడా చిన్న తప్పు కూడా దొర్లకుండా అన్యాయాన్ని ఖండించి, సరైన వ్యక్తులకు న్యాయం జరిగేలా చూసేవాడు.

ఆ రాజ్యంలో శాతకర్ణుడు, ఆషాడభూతి అనే ఇద్దరు వ్యాపారస్తులు ఉండేవారు. ఇద్దరి ఇళ్లు పక్కపక్కనే ఉండేవి. శాతకర్ణుడు చాలా మంచివాడు. బుద్ధిమంతుడు. న్యాయంగా వ్యాపారం చేసేవాడు. లేనివాళ్లు వచ్చి అడిగినా లేదనుకుండా తనకు తోచిన సహాయం చేసే మంచి వ్యక్తి. ఆషాడభూతి డబ్బుల కోసమే వ్యాపారం చేసేవాడు. తన దగ్గరకు వచ్చిన వారికి ఒక్క రూపాయి కూడా తగ్గించే వాడు కాదు. తన దగ్గరున్న వస్తువులను కల్తీ చేసి అమ్మేవాడు. అందుకే వీళ్లిద్దరి గురించి తెలిసిన వాళ్లు శాతకర్ణుడి వద్దే వస్తువులు కొనుగోలు చేసేవారు. ఇది ఆషాడభూతికి, శాతకర్ణుడి మీద వైరాన్ని పెంచింది.

ఒకరోజు అర్ధరాత్రి ఆ రాజ్యంలో దొంగలు పడి సుబ్బయ్య శెట్టి అనే ఆసామి ఇంట్లో జొరబడి నగలు, వజ్రాలు, అధిక మొత్తంలో ధనం దోచుకుపోయారు. ఆ రాజ్యం పుర వీధులలో పరిగెడుతూ పారిపోతున్న ఆ దొంగలను చూసి పహారా కాస్తున్న రక్షక భటులు వెంబడించారు. వాళ్లని చూసి కంగారులో దొంగిలించిన ఆ మూటలను శాతకర్ణుడు, ఆషాడభూతి ఇళ్ల మధ్యలో పడవేసి పారిపోయారు. కొంతదూరం పారిపోయేటప్పటికి ఆ భటులకు దొరికిపోయారు.

తర్వాత రోజు అమరేశ్వర వర్మ సభను ఏర్పాటు చేసాడు. ఆ దొంగిలించిన వాటిని ఏమి చేసారని మంత్రి విష్ణుక్రాంత నిలదీసాడు. నిజం చెప్పక పోతే కఠినశిక్ష వేస్తానన్నాడు. ఆ దొంగలు భయపడి వాటిని వాళ్లిద్దరి ఇంటి మధ్యలో పడేసామని నిజం చెప్పారు. వెంటనే భటులచే వాళ్లిద్దరికీ కబురు పెట్టాడు. శాతకర్ణుడు, ఆషాడభూతి ఇద్దరూ రాజు కొలువుకు వచ్చారు. వారిద్దరినీ ఉద్దేశించి మంత్రి విష్ణుక్రాంత మాట్లాడాడు.

"వీళ్లిద్దరినీ చూసారా? నిన్న రాత్రి సుబ్బయ్య శెట్టి గారి ఇంట్లో నగలు దొంగిలించి పారిపోతుంటే మన రక్షక భటులు పట్టుకున్నారు. వీళ్లని గట్టిగా ప్రశ్నిస్తే మీ ఇద్దరి ఇళ్ల మధ్య పడవేసామని చెప్పారు. అంటే మీలో ఎవరో ఒకరు వాటిని రాజు గారికి అప్పజెప్పకుండా

దాచుకున్నారు. అదికూడా దొంగతనం చేసినట్టే. కాబట్టి మర్యాదగా ఎవరు తీసారో చెప్పండి. ఎటువంటి శిక్ష పడకుండా నేను కాపాడతాను" అని అన్నాడు విష్ణుక్రాంత.

కానీ ఇద్దరిలో మేము తీయలేదంటే, మేము తీయలేదని అన్నారు. దొంగ ఎవరో తేలక పోయేటప్పటికి అందరూ తల పట్టుకున్నారు.

వెంటనే విష్ణుక్రాంతకు మెరుపులాంటి ఆలోచన వచ్చింది. తమ ఆస్థాన జ్యోతిష్యుణ్ణి పిలిపించాడు. జరిగినదంతా వివరించాడు.

అంతా విన్న తర్వాత ఆ జ్యోతిష్యుడు తన దివ్య దృష్టితో చూసి "భయపడకండి! సుబ్బయ్య శెట్టి ధనం అతని కష్టార్జితం. ఎక్కడికి పోదు. రేపటి కల్లా దొంగతనం చేసిన వాళ్ల పెరడులో తవ్వితే ఆ నగలు, ధనం దొరుకుతాయి. ఎవరి పెరడులో దొరికితే వాళ్లే అసలైన దొంగలు" అని చెప్పాడు.

"జ్యోతిష్యుల వారు చెప్పింది విన్నారుగా! రేపు ఆ ధనం దొరికిన తర్వాత మరల సమావేశమవుదాం. దొరికిన దొంగను కఠినంగా శిక్షించడం జరుగుతుంది" అని చెప్పి అందరినీ పంపించేసాడు విష్ణుక్రాంత.

తెల్లవారింది. రక్షక భటులు వెళ్లి ఇద్దరి ఇళ్ల పెరడులూ తవ్వి చూసారు. శాతకర్ణుడి ఇంటి పెరడులో దొరికిన సుబ్బయ్య శెట్టి నగలు, ధనాన్ని రాజు గారి ముందు పెట్టారు.

వాటిని చూసిన రాజు గారికి పట్టరాని కోపం వచ్చింది. శాతకర్ణుడిని చూసి "ఇన్నాళ్లూ నువ్వు మంచి వాడివని అనుకున్నాం. అందరి ముందూ మంచివాడిగా నటించి అందరినీ నమ్మించావు. ఇప్పుడు నువ్వు దొంగవని తేలిపోయింది. ఈ విషయం నిన్నే ఒప్పుకుంటే నిన్ను వదిలేసేవాడిని. కానీ నువ్వు ఒప్పుకోలేదు. ఇప్పుడు నిన్ను మామూలుగా వదలను.

అత్యంత కఠిన శిక్షలు వేస్తాను " అని అన్నాడు అమరేశ్వర వర్మ.

"ఎవరక్కడ? ఈ శాతకర్ణుడిని తీసుకెళ్లి చీకటి గదిలో బంధించండి " అని ఆజ్ఞ వేసాడు అమరేశ్వర వర్మ.

అందరూ వింతను చూసినట్టు చూసారు. శాతకర్ణుడు ఇలాంటి పనిచేసాడా అని నోరు వెళ్లబెట్టారు. ఆషాడభూతి ముఖంలో మాత్రం ఆనందం తొణికిసలాడింది.

భటులు శాతకర్ణుడిని బంధించడానికి సిద్ధమయ్యారు. ఇంతలో విష్ణుక్రాంత వారిని వద్దని వారించాడు.

"మహారాజా! మీరు తీసుకున్న నిర్ణయం సరైనది కాదు. ఒక్కసారి ఆలోచించండి. అసలు దొంగ శాతకర్ణుడు కాదు" అని అన్నాడు విష్ణుక్రాంత.

"ఏమి విష్ణుక్రాంతా? మా తీర్పునే తప్పు అంటున్నావా? చాలా సాహసం చేస్తున్నావు. నిజమైన దొంగ ఆధారాలతో నిరూపించి పోతే శాతకర్ణుడికి వేసిన శిక్షే నీకు కూడా వేస్తాను" అని అన్నాడు అమరేశ్వర వర్మ.

"చిత్తం మహారాజా! అసలు ఆ నగదు సుబ్బయ్యశెట్టిది కాదు. శాతకర్ణుడిది. దొంగల భయంతో ఎప్పుడో శాతకర్ణుడు తన పెరడులో తవ్వి గోతిలో దాచిపెట్టుకున్నాడు. కనుక శాతకర్ణుడు నిరపరాధి" అని చెప్పాడు విష్ణుక్రాంత.

"ఏమిటి ఇది నిజమేనా? ఇవి మీ సొత్తు కాదా?" అని సుబ్బయ్య శెట్టిని అడిగాడు అమరేశ్వర వర్మ.

"కాదు మహారాజా! ఆ నగలు, పైకం నావి కావు" అని చెప్పాడు సుబ్బయ్య శెట్టి.

సుబ్బయ్య శెట్టి అలా చెప్పేటప్పటికి ఆశ్చర్య పోయాడు ఆషాడభూతి. ఇప్పుడు నోరు మెదపకపోతే అంత పైకం శాతకర్ణుడి వశమై అత్యంత ధనికుడు అయిపోతాడనే అక్కసుతో నోరు తెరిచాడు.

"అయ్యో మహారాజా! అంత ధనం, నగలు శాతకర్ణుడు ఎప్పుడు సంపాదించాడు. అవి అతనివి కావు. ఎన్నాళ్లనుంచో శాతకర్ణుడిని నేను ఎరుగుదును. జ్యోతిష్యుల వారు కూడా చెప్పారు కదా! ఎవరింట్లో దొరికితే వారే దొంగని. అంటే ఖచ్చితంగా శాతకర్ణుడే దొంగ" అని అన్నాడు ఆషాడభూతి.

"మీరేమంటారు?" అని జ్యోతిష్యుణ్ణి అడిగాడు అమరేశ్వర వర్మ.

"అయ్యా! పెరట్లో ధనం దొరికితే వారే దొంగ అని నేను చెప్పింది అబద్ధం. ఎవరు దొంగో తెలుసుకోవడానికి నేను, విష్ణుక్రాంత, సుబ్బయ్య శెట్టి కలిపి ఆడిన నాటకం. మా నాటకంలో చక్కగా ఇరుక్కుపోయాడు ఆషాడభూతి. నేను అలా చెప్పగానే అర్ధరాత్రి శాతకర్ణుడి పెరడులోకి వెళ్లి తను దొంగిలించిన ఆ సొత్తును పాతి పెట్టాడు ఆషాడభూతి" అని చెప్పాడు జ్యోతిష్యుడు.

"అంతా అబద్ధం. ఈ జ్యోతిష్యుల వారు చెప్పేది అంతా అబద్ధం" అని అరిచాడు ఆషాడభూతి.

"ఏంటి అబద్ధం? మీ చేతి గోళ్లల్లో ఉన్న మట్టి అబద్ధమా? మీ కాళ్లకు అంటుకున్న మట్టి అబద్ధమా? నువ్వు పాతిపెట్టి ఎవరైనా చూస్తున్నారన్న కంగారులో కాళ్లు, చేతులు కడుక్కోలేదు. నువ్వు అలాగే మంచం మీద పడుకున్నావు. ఆ మట్టి నువ్వు పడుకున్న దుప్పటికి కూడా అంటుకుంది. ఆ పెరడులో పడిన నీ అడుగులే సాక్ష్యం" అని అందరికీ ఆషాడభూతి చేతి గోళ్లను, కాళ్లను, ఆ దుప్పటిని చూపించాడు విష్ణుక్రాంత.

అవి చూసి నిజం చెప్పమని అమరేశ్వర వర్మ, ఆషాడభూతిని గట్టిగా అడిగేసరికి నిజం ఒప్పుకున్నాడు ఆషాడభూతి. ఆ పైకం, నగలు సుబ్బయ్య శెట్టికి అందజేసి, ఆషాడభూతిని కఠినంగా శిక్షించాడు అమరేశ్వర వర్మ. ఈ వివాదాన్ని ఇంత చాకచక్యంగా పరిష్కరించినందుకు విష్ణుక్రాంతను మెచ్చుకుని మంచి బహుమతి ఇచ్చాడు అమరేశ్వర వర్మ.

ఎవరు గొప్ప

అది ఒక చిట్టడవి. అక్కడ కుందేళ్లు, కోతులు, తాబేళ్లు, జింకలు లాంటి చిన్న చిన్న జంతువులు తప్ప పెద్ద జంతువులు నివసించేవి కావు. అందుకే ఆ జంతువులన్నీ ఏ భయం లేకుండా యధేచ్ఛగా జీవనం సాగించేవి. ఆ అడవిలో పెద్ద పెద్ద చెట్లతో పాటు అందమైన సరస్సు కూడా ఒకటుంది. ఆ సరస్సు ఆ చిట్టడవిని రెండు భాగాలు చేసింది. అంటే ఆ చిట్టడవిలో ఈ చివర నుండి ఆ చివరకు వెళ్లాలంటే ఖచితంగా ఆ సరస్సు దాటాల్సిందే. అందుకే నీటిలో సంచరించే జలాచరాలు, ఎగిరే పక్షులు తప్ప మిగతా జంతువులు ఆ సరస్సుకు ఈ వైపునో, ఆ వైపునో నివాసాలు ఏర్పరచుకుని జీవిస్తున్నాయి.

ఆ అడవిలో సరస్సుకు ఒకవైపున ఒక కుందేళ్ల గుంపు నివాసముండేది. ఆ గుంపులో మల్లి అనే కుందేలు ఉండేది. అది చాలా అందంగా ఉండేది. తనకన్నా అందగత్తె ఈ అడవిలో లేదని పొంగిపోయేది. అది చాలా తెలివైనది కూడా! తన తెలివితేటలతో అవతలి వారిని ఇట్టే ఓడించేసేది. అందుకే అది చాలా పొగరుగా ఉండేది. అలాగే ఆటపాటల విషయంలో కూడా మల్లిదే పైచేయి. అందరితోనూ అన్నిట్లోనూ పందేలు వేసి నెగ్గేది. చాలాసార్లు మల్లితో పోటీపడి ఓడిపోయి, ఇక మల్లితో మనం నెగ్గలేంలే అని తీర్మానించుకుని మల్లితో పోటీకి ఎవరూ వెళ్లడం లేదు. కానీ మల్లి మాత్రం తన తెలివితేటలతో కావాలని అవతలి వాళ్లని రెచ్చగొట్టి తనతో పందెం కాసేటట్టు చేసేది. తన చేతిలో వాళ్లు ఓడిపోవడాన్ని చూసి ఆనందపడేది. ఇది మల్లికి దినచర్య అయ్యింది.

ఒకరోజు మల్లి ఆడుకుంటున్న తాబేళ్ల గుంపు దగ్గరకు వచ్చింది. ఆ గుంపులో అత్యుత్సాహంతో పరుగులు పెడుతున్న చిట్టి అనే తాబేలును చూసింది. వెంటనే మల్లి, చిట్టి దగ్గరకు వచ్చి "బాగా పరుగెడుతున్నావే? మీ తాబేళ్లల్లో నువ్వే చాలా బాగా పరుగెడుతున్నావన్న మాట! నీతో పోటీకి ఎవరూ రాలేరేమో!" అని అంది.

ఆ మాటలకు పొంగిపోయిన చిట్టి "అవును. నేనే బాగా పరుగెట్టగలను. నాతో ఎవరూ నెగ్గలేరు. తెలుసా!" అని అంది.

"అవునా, సరే! నీతో నేను పోటీ పడగలనో లేదో చూద్దాం. అయితే ఒక పందెం. నేను ఓడిపోతే ఇకనుండి నువ్వు చెప్పినట్టు నేను వింటాను. ఒకవేళ నువ్వు ఓడిపోతే నేను చెప్పినట్టు నువ్వు వినాలి. సరేనా!" అని అంది మల్లి.

మల్లి కపట ఆలోచన అర్థం చేసుకోని చిట్టి సరేనంది. ఇద్దరూ పరుగుపందెం మొదలుపెట్టారు. ముందు చిట్టిలో ఉత్సాహాన్ని పెంచడానికి మల్లి మెల్లగా పరిగెట్టింది. అలా చిట్టి చాలా దూరం వెళ్లాక మల్లి వేగం పెంచి చిట్టిని ఓడించింది. పందెం ప్రకారం ఆ రోజునుంచి మల్లి చెప్పినట్టు చిట్టి వింటోంది. చిట్టిని అన్ని రకాల పనులకు వాడుకుంటోంది మల్లి. అడవిలో నుండి తనకు కావల్సినవన్నీ చిట్టితోనే తెప్పించుకుంటోంది. అలసిపోతే తన కాళ్లు కూడా చిట్టితోనే నొక్కించుకుంటోంది. చిట్టిని ఒక బానిసలా చూస్తోంది. మల్లికి సేవలు చేసీ చేసీ అలసిపోతోంది చిట్టి.

ఇలా కొన్నాళ్లు జరిగింది. ఒకరోజు చిట్టి చిన్ననాటి స్నేహితురాలైన సీత అనే చిలుక చిట్టిని చూద్దామని వచ్చింది. చిట్టి దిగులుగా ఉండడాన్ని చూసి ఏమైందని అడిగింది. జరిగినదంతా పూసగుచ్చినట్టు అంతా చెప్పింది చిట్టి. అంతా విన్న సీత, చిట్టి చెవిలో ఏదో చెప్పింది. దానికి ఆనందంగా చిట్టి సరేనని తలూపింది.

ఆ తర్వాత రోజు మల్లి దగ్గరకు చిట్టి పనికి వెళ్లింది. అన్ని పనులు అయిన తర్వాత తన కాళ్లు నొక్కమంది మల్లి. కాళ్లు నొక్కుతూ " మల్లీ! నీకొక విషయం చెప్పనా?" అని అడిగింది చిట్టి.

"హా చెప్పు" అని అంది మల్లి.

"నిన్న నువ్వు లేని సమయంలో సీత అనే చిలుక వచ్చింది. ఈ అడవిలో తనకన్నా గొప్పవారెవరూ లేరని గొప్పలకుపోయింది. మా మల్లి అందరికన్నా గొప్పదని నేనన్నాను. లేదు నేనే గొప్ప, కావాలంటే మీ మల్లిని నాతో పోటీ పడమని చెప్పింది" అని చెప్పింది చిట్టి.

ఆ మాట వినేసరికి కోపం వచ్చింది మల్లికి. "ఆ సీత ఎక్కడ ఉందో చెప్పు. దానిని ఓడించి దానికి బుద్ధి చెబుతాను " అని అంది మల్లి.

మల్లి అలా అనగానే సీత ఉండే చోటుకి తీసుకెళ్ళింది చిట్టి. సీతను చూడగానే "నీతో ఎవరూ పోటీ పడలేవు అన్నావటగా! నాతో పోటీపడి గెలువు. అప్పుడు చూద్దాం, నీ గొప్పతనమేమిటో!" అని అంది మల్లి.

"ఓ, అలాగే! చూద్దాం నువ్వు గొప్పో, నేను గొప్పో! నేను పెట్టే పందెంలో గెలిచి చూపించు" అని అంది సీత.

"ముందు పందెమేంటో చెప్పు. ఎటువంటి పందెమైనా నేను గెలిచి చూపిస్తాను" అని విర్రవీగింది మల్లి.

"సరే! జాగ్రత్తగా విను. అదిగో దూరంగా అడవి చివరన కనబడుతున్న ఆ ఎరుపురంగు పూలు కనబడుతున్న చెట్టు దగ్గరకు వెళ్లి, ఆ చెట్టు పూలు తీసుకుని మరల ఇక్కడకు రావాలి. అలా ఎవరు ఇక్కడకు ముందు ఎవరు వస్తారో వాళ్లు గెలిచినట్టు. సరేనా!" అని అంది సీత.

తనకున్న పొగరుతో ఇంకేమీ ఆలోచించకుండా సీతతో పందానికి ఒప్పుకుంది మల్లి. ఇద్దరూ పందేనికి బయల్దేరారు. వీళ్లతో పాటు చిట్టి కూడా పరిగెట్టింది. అందరికన్నా ముందు మల్లి పరుగెడుతోంది. పరిగెడుతూ ఒక్కసారిగా ఆగిపోయింది మల్లి. ఎదురుగా సరస్సు ఉంది. తను గొప్పదానన్న గర్వంలో పందెం ఒప్పుకునేటప్పుడు మధ్యలో సరస్సు ఉందని మర్చిపోయింది. ఆ సరస్సును ఎలా దాటాలో అర్థం కాలేదు, మల్లికి. ఈలోగా సీత ఎగురుతూ వచ్చి ఆ సరస్సును దాటిపోయింది. చిట్టి సరస్సులో ఈత కొట్టుకుని ఆ సరస్సు దాటింది. సీత, చిట్టి లు ఆ ఎర్రపూలను తీసుకొచ్చి మరల సరస్సును దాటి పందెం మొదలు పెట్టిన చోటుకు చేరుకున్నాయి. చేసేదేమీ లేక సరస్సు దాటకుండానే వెనుదిరిగింది మల్లి.

పందెంలో ఓడిపోయిన మల్లిని చూసి "చూసావా మల్లీ! ఈ అడవిలో నీకన్నా గొప్పవాళ్లు ఎవరూ లేరని విర్రవీగావు. అమాయకురాలైన చిట్టిని ఓడించి తనచేత అన్ని సపర్యలు చేయించుకున్నావు. ఈరోజు నేను నిన్ను ఓడించాను. గతంలో నీతో ఓడిన చిట్టి కూడా ఇప్పుడు నీపై నెగ్గింది. పరిస్థితులు ఎప్పుడూ ఒకలా ఉండవు. ఒక్క విషయం గుర్తుపెట్టుకో! ఈ భూమ్మీద ఉన్న ప్రతీ జీవిని ఆ దేవుడు ఏదో ఒక గొప్ప గుణంతోనే పుట్టించాడు. నువ్వు ఈ భూమ్మీద వేగంగా పరిగెట్టగలవు, నేను ఆకాశంలో ఎగరగలను, చిట్టి నీటిలో ఈదగలదు. ఎవరికుండే గొప్పతనం వారిది. అది చూసి విర్రవీగకూడదు. అవసరమైతే నీకున్న గొప్ప గుణంతో అవతలి వారికి సాయం చేయాలి. లేదంటే ఏమీ చేయకుండా ఊరుకోవాలి. అంతేగాని కీడు తలపెట్టాలని చూడకూడదు. మనం ఒకరికి హాని తలపెడితే, మనకు హాని తలపెట్టేవాడుంటాడు. తాడిని తన్నేవాడుంటే, వాడి తలదన్నేవాడుంటాడు. తెలుసుకో!" అని హితబోధ చేసింది, సీత.తన తప్పు తెలుసుకుని పశ్చాత్తాపపడింది మల్లి. ఇంకెప్పుడూ ఏ విధమైన గొప్పలకు గానీ, గర్వానికి గానీ పోనని వారిద్దరికీ మాటిచ్చింది. అప్పటినుండీ జరిగినదంతా మర్చిపోయి వాళ్లు ముగ్గురూ స్నేహంతో ఆనందంగా జీవించారు.

మాట్లాడిన చెట్టు

పూర్వం బృహద్రథ రాజ్యాన్ని మహానందవర్మ అనే రాజు పరిపాలించేవాడు. అతని పాలనలో ప్రజలందరూ సంతోషంగా జీవించేవారు. అతని రాజ్యం ఎప్పుడూ సంపదతో నిండి ఉండి సుభిక్షంగా ఉండేది. అతను న్యాయంగా రాజ్యపాలన చేసేవాడు. అతనికి న్యాయ సలహాలు ఇవ్వడానికి రామశర్మ అనే మంత్రిని నియమించుకున్నాడు. రామశర్మ చాలా తెలివైనవాడు. ఎంతటి క్లిష్ట సమస్యనైనా సులువుగా పరిష్కరించేవాడు. అందుకే మహానందవర్మ తన మంత్రి పట్ల అత్యంత విశ్వాసాన్ని ఉంచేవాడు.

ఆ రాజ్యంలో బలభద్రపురం అనే ఊరిలో సత్యవ్రతుడు, శంభునాథుడు అనే ఇద్దరు మిత్రులు ఉండేవారు. ఇద్దరూ చిన్నప్పటి నుండి మంచి స్నేహితులు. ఇద్దరూ వస్త్రాల వ్యాపారం చేసేవారు. ఇద్దరూ ఆ వ్యాపారంలో నిష్ణాతులు. సత్యవ్రతుడు న్యాయంగా కొద్ది లాభంతోనే వ్యాపారం చేసేవాడు. శంభునాథుడు మాత్రం అధిక లాభాలు వేసుకుని వ్యాపారం చేసేవాడు. అందుకే జనాలందరూ సత్యవ్రతుడ్ని నమ్మినట్టుగా శంభునాథుడిని నమ్మేవారు కాదు. కానీ శంభునాథుడు తన మాటకారితనంతో, నేర్పుగా వస్త్రాలను అమ్మేవాడు. అందుకే ఆస్తి సంపాదనలో శంభునాథుడు, సత్యవ్రతుడి కన్నా పై చేయిలో ఉండేవాడు. సత్యవ్రతుడు ఇవేమీ పట్టించుకునేవాడు కాదు. కానీ సత్యవ్రతుడి భార్య నీలాంబరికి తన భర్త ప్రవర్తన నచ్చేది కాదు. శంభునాథుడిలా సంపాదించమని పోరేది.

ఒకరోజు శంభునాథుడు ఈ ఊళ్లోనే గాక మిగతా పొరుగూరు ఊళ్లల్లో వ్యాపారం చేస్తే మంచి లాభాలు వస్తాయని తెలుసుకుని సత్యవ్రతుని వద్దకు వచ్చాడు.

"సత్యవ్రతా! పొరుగూరి ఊళ్ల సంతల్లో మన వస్త్రాలను అమ్మితే మనకు చాలా లాభాలు వస్తాయి. అక్కడి జనాలకు మనమెవరమో తెలియదు కాబట్టి ఇక్కడ కన్నా అక్కడ ఎక్కువ మొత్తానికి అమ్మవచ్చు" అని అన్నాడు శంభునాథుడు.

"మిత్రమా! మనకిక్కడ బాగానే ఉంది కదా! మనకున్నదాంట్లో తృప్తిగా బతకడమే నాకిష్టం. పరిగెత్తి పాలు త్రాగేకన్నా నిలబడి నీళ్లు త్రాగడమే మంచిది. నాకు రావాలని లేదు" అని అన్నాడు సత్యవ్రతుడు.

"అయ్యో! నువ్వు బాగా అమాయకుడివి. దీపం ఉండగానే ఇల్లు చక్కబెట్టుకోవాలి. నీ పిల్లలు కూడా పెరిగి పెద్దవాళ్లవుతున్నారు. నీకు ఓపిక ఉన్నప్పుడే బాగా సంపాదించాలి. నీ కాలు, చెయ్యి మూల పడితే నిన్నెవ్వరూ చూడు" అని గట్టిగా చెప్పాడు శంభునాథుడు.

"అలా గట్టిగా చెప్పండి అన్నయ్యగారు. మేమెవరు చెప్పినా ఆయన చెవికి ఎక్కట్లేదు. మీరూ చూస్తున్నారుగా! పిల్లలు ఎదుగుతున్నారు. వాళ్లకి అచ్చటా ముచ్చటా తీర్చాలిగా! మీలాగా కొంచెం లౌక్యంగా వ్యాపారం చేయమని నేను రోజూ నెత్తి, నోరు బాదుకుంటూ మొత్తుకుంటూనే ఉన్నాను. అయినా వింటేగా?" అని చెప్పింది వెనుకనే వచ్చిన నీలాంబరి.

"చూసావురా! చెల్లెమ్మ ఎంత బాధ పడుతోందో? ఇప్పటికైనా మారి నేను చెప్పింది చేయి" అని చెప్పాడు శంభునాథుడు.

శంభునాథుడు, నీలాంబరి తనకు చెరొక వైపు నిలబడి మద్దెల దరువులా గట్టిగా చెప్పేటప్పటికి కాదనలేకపోయాడు, సత్యవ్రతుడు. సరేనని శంభునాథుడితో పొరుగూరికి బయల్దేరాడు సత్యవ్రతుడు.

నాలుగు రోజుల తర్వాత పొరుగూరిలో వ్యాపారం చేసి, మంచి లాభాలతో వచ్చిన పైకాన్ని మూటలు కట్టుకుని వాళ్ల ఊరు బయల్దేరారిద్దరూ. వాళ్ల ఊరు చేరుకునేటప్పటికి రాత్రి అయ్యింది. వాళ్ల ఊరు పొలిమేరలకు వచ్చిన తర్వాత, తన పొలంలో సత్యవ్రతుడిని ఆపాడు శంభునాథుడు.

"సత్యవ్రతా! ఇంత రాత్రిపూట ఇన్ని మూటలతో మన ఊరికి వెళ్లడం అంత శ్రేయస్కరం కాదు. మనం ఇంత సొమ్ముని ఎక్కడనుండైనా దొంగిలించామని రాజ్యభటులు మనల్ని బంధిస్తారు. అందుకని మనం కొద్ది, కొద్దిగా తీసుకుని మిగిలిన మొత్తాన్ని, ఇదిగో, ఈ చెట్టుకింద దాచిపెడదాం. ఈ చెట్టు మా వంశదైవం. అందుకే ఎవరికీ అనుమానం రాదు. పగలు ఎవరూ చూడనప్పుడు వచ్చి ఈ పాతిపెట్టిన సొమ్మును తీసుకుందాం" అని చెప్పాడు శంభునాథుడు.

శంభునాథుడుడు చెప్పింది సబబుగా అనిపించి సరేనన్నాడు సత్యవ్రతుడు. ఆ చెట్టు క్రింద సొమ్ము ఉన్న మూటలను పాతిపెట్టి ఇంటికి వెళ్లిపోయారు.

మూడు రోజుల తర్వాత సత్యవ్రతుడు, శంభునాథుని దగ్గరకు వెళ్లి "శంభునాథా! మనం పాతిపెట్టిన ధనాన్ని తెచ్చుకుందాం, పద" అని అన్నాడు.

"అదేంటి మిత్రమా! పాతిపెట్టిన తర్వాత రోజే కదా, మనిద్దరం వెళ్లి ఆ పాతిపెట్టిన సొమ్మును తీసేసుకున్నాం. మర్చిపోయావా?" అని అడిగాడు శంభునాథుడు.

"శంభునాథా! పొరుగూరి నుంచి వచ్చిన తర్వాత రోజు ఇంటికి వచ్చావు. సొమ్మును తీసుకుందామని బయల్దేరాం. కానీ మధ్యలో ఆ చెట్టు దగ్గర ఎవరో ఉన్నారు, ఇప్పుడు వద్దని చెప్పావు. నిజం చెప్పు. నాతో సొమ్ము విషయంలో పరిహాసాలు ఆడకు" అని అన్నాడు సత్యవ్రతుడు.

"సొమ్ము విషయంలో నేనెందుకు పరిహాసాలు ఆడతాను. నేను నిజమే చెప్తున్నాను. ఒక్కసారి గుర్తు తెచ్చుకో! ఆ సొమ్మును ఇద్దరం తీసేసుకున్నాం" అని గట్టిగా చెప్పాడు

శంభునాథుడు. శంభునాథుని చేతిలో తాను మోసపోయాడని తెలుసుకుని ఇంకేమీ మాట్లాడకుండా సరాసరి రామశర్మ ని కలిసాడు. జరిగినదంతా విపులంగా చెప్పాడు. అంతా విన్న తర్వాత రాజు ముందు పంచాయతీ ఏర్పాటు చేసాడు రామశర్మ. శంభునాథుడు, సత్యవ్రతుడు, నీలాంబరి ఆ పంచాయితీకి హాజరయ్యారు.

మహానందవర్మకు జరిగినదంతా వివరించాడు రామశర్మ. అది విన్న తర్వాత "శంభునాథా! మీరెప్పుడు మరల ఆ సత్యవ్రతుడ్ని తీసుకుని ఆ చెట్టు వద్దకు వెళ్లారు? మీరు సత్యవ్రతుడ్ని తీసుకెళ్లారనడానికి సాక్ష్యం ఏమిటి?" అని అడిగాడు మహానందవర్మ.

"ప్రభూ! పాతిపెట్టిన తర్వాత రోజే నేను సత్యవ్రతుడి ఇంటికి వెళ్లాను. అప్పటికే అతను వ్యాపారం చేయడానికి తయారవుతున్నాడు. ఆ సొమ్మును తీసుకుందాం, పద అని చెప్పాను. ఇంట్లో అతని భార్య నీలాంబరి కూడా ఉంది. ఆవిడ కూడా మా మాటలు వింది " అని చెప్పాడు శంభునాథుడు.

"ఏమ్మా? ఆ రోజు శంభునాథుడు మీ ఇంటికి వచ్చాడా?" అని అడిగాడు మహానందవర్మ.

"వచ్చారండి. ఆయన చెప్పినట్లే మా వారితో మాట్లాడారు" అని చెప్పింది నీలాంబరి.

"మరి సాయంత్రం సత్యవ్రతుడు ఇంటికి వచ్చిన తర్వాత ఆ సొమ్ము గురించి అడిగావా?" అని అడిగాడు మహానందవర్మ.

"లేదు ప్రభూ! ధనం విషయంలో మగవాళ్లని అంతలా అడిగే ధైర్యం చేయను. అయినా కలిసి వెళ్లారు, ఆ సొమ్ము తీసుకునే ఉంటారు అనుకున్నాను" అని చెప్పింది నీలాంబరి.

"అంతా విన్న తర్వాత పాతిపెట్టిన తర్వాత రోజు శంభునాథుడు, సత్యవ్రతుడిని కలిసిన మాట నిజం. ఆ సొమ్మును అప్పగించిన మాట నిజం. సత్యవ్రతుడే అత్యాసకు పోయి మరల శంభునాథుడిని సొమ్ము అడిగాడు" అని అన్నాడు మహానందవర్మ.

రాజు తీర్పుకి అడ్డుపడ్డాడు రామశర్మ. "ప్రభూ! ఒకటి,రెండు కనబడేవాటిని పరిగణలోనికి తీసుకుని ఒక నిర్ధారణకు రాకూడదు. ఈ విషయాన్ని ఇంకా లోతుగా అధ్యయనం చేయాలి. ఆ తర్వాతే తీర్పు ఇవ్వడం మంచిది" అని అన్నాడు రామశర్మ.

"రామశర్మా! నా తీర్పుకి అడ్డుపడుతున్నావు. నా తీర్పు తప్పని రుజువు చేస్తే ఫర్వాలేదు. ఒకవేళ ఈ తీర్పే ఖాయమైతే నీకు విధించే శిక్ష తెలుసుగా?" అని అడిగాడు మహానందవర్మ.

"చిత్తం ప్రభూ! మీరు ఏ శిక్ష వేసినా దానికి అంగీకారమే " అని మహానందవర్మ తో చెప్పి శంభునాథుని వైపు తిరిగాడు.

"శంభునాథా! ఆ రోజు మీరు సత్యవ్రతుడి ఇంటికెళ్లడం నిజం, నీలాంబరితో మాట్లాడడం నిజం. కానీ ఆ తర్వాత మీరు సత్యవ్రతుడిని కలవలేదు. ఆ సొమ్ము ఇవ్వలేదు" అని అన్నాడు రామశర్మ.

"నిజం మంత్రివర్యా! ఆ రోజే నేను సత్యవ్రతుడికి ఆ సొమ్ము ఇచ్చేసాను " అని గట్టిగా చెప్పాడు శంభునాథుడు.

“దానికి సాక్ష్యం ఏమిటి?" అని అడిగాడు రామశర్మ.

"ఆ చెట్టే సాక్ష్యం ప్రభూ!" అని అన్నాడు శంభునాథుడు.

చెట్టు సాక్ష్యమనగానే రాజుతో సహా అక్కడున్నవారంతా ఆశ్చర్యపోయారు. "చెట్టు సాక్ష్యమేమిటి?" అని అడిగాడు రామశర్మ.

"అవును. మంత్రివర్యా! ఆ చెట్టు మా వంశదైవం. మమ్మల్ని వెన్నంటి ఉండి కాపాడే దేవత. మాకు కష్టం వచ్చినప్పుడు ఆ చెట్టు మాతో మాట్లాడి ఆ కష్టాన్ని దాటే దారి చూపిస్తుంది. కావాలంటే ఆ చెట్టునే అడుగుదాం! ఆ చెట్టు నిజం చెబుతుంది" అని అన్నాడు శంభునాథుడు.

వినడానికి ఆశ్చర్యంగా అనిపించినా ఆ చెట్టు సాక్ష్యం వినడానికి సన్నద్ధులయ్యారందరూ.

తర్వాత రోజు అందరూ ఆ చెట్టు దగ్గరకు వచ్చారు. చెట్టు సాక్ష్యం ఎలా చెబుతుందా అని ఊరు,ఊరంతా కదలి వచ్చింది. శంభునాథుడు ఆ చెట్టుకు పూజా కార్యక్రమాలు చేసాడు. ఆ తర్వాత వాదన మొదలుపెట్టాడు రామశర్మ.

"ఓ వృక్షమా! ఓ కులదైవమా! ఆ రోజు నీ ముందు పాతిపెట్టిన ధనాన్ని శంభునాథుడు, సత్యవ్రతుడికి ఇచ్చేసాడా?" అని అడిగాడు రామశర్మ.

"అవును. ఇచ్చేసాడు. నేను కళ్లారా చూసాను" అని ఆ చెట్టునుండి సమాధానం వచ్చింది. అందరూ ఆశ్చర్య పోయారు.

"చూసారా ప్రభూ! నా దైవం నన్ను కాపాడింది. ఇప్పటికైనా నమ్ముతారా?" అని అడిగాడు శంభునాథుడు.

"ప్రభూ! మీరు అనుమతిస్తే ఆ చెట్టుకు నిప్పు పెట్టాలని ఉంది" అని అడిగాడు రామశర్మ. దానికి అడ్డుపడ్డాడు శంభునాథుడు. "మంత్రివర్యా! ఆ చెట్టు మా వంశవృక్షం. అది మా దేవత. మా దేవతను కాల్చడానికి నేను ఒప్పుకోను. అయినా ఆ దేవత మిమ్మల్ని, మన ఊరందరినీ దహించేస్తుంది " అని భయపెట్టాడు శంభునాథుడు.

రామశర్మ కారణం లేకుండా ఏ పనీ చేయడని నమ్మిన మహానందవర్మ ఆ చెట్టును కాల్చడానికి సరేనన్నాడు. ఆ చెట్టుకు నిప్పు పెట్టగానే ,ఆ చెట్టు తొర్రలో నుండి పదేళ్ల పాప బయటికి వచ్చింది. ఆ మంటలు అంటుకున్న గాయాలతో అరుస్తోంది.

"ఎవరమ్మా నువ్వు?" అని అడిగాడు రామశర్మ.

"నేను శంభునాథుని అమ్మాయినండి. మా నాన్నగారు నన్ను ఈ చెట్టు తొర్రలో ఉండి ఇలా చెప్పమన్నారు " అని చెప్పింది, అందరినీ చూసి భయంగా.

విషయం మొత్తం అర్ధమయ్యింది. "అదీ జరిగింది ప్రభూ! సొమ్ము ఇవ్వడానికి సత్యవ్రతుని ఇంటికి వెళ్లిన మాట వాస్తవం. కానీ ఆ సొమ్ము ఇవ్వలేదు. అనుమానం రాకుండా నీలాంబరిని నమ్మించాడు. చెట్టు సాక్ష్యమని తన కూతురుని తొర్రలో కూర్చోబెట్టి పలికించాడు. ఆ చెట్టుకు పూజలు చేయడం వలన , మనం అది నిజమని నమ్ముతామని అపోహ పడ్డాడు. ఆ చెట్టును కాల్చమన్నప్పుడు అది మనందరినీ దహియిస్తుందని భయపెట్టాడు. శంభునాథుడే అసలైన నిందితుడు మహా ప్రభూ!" అని చెప్పాడు రామశర్మ.

రామశర్మ తెలివితేటలకు మెచ్చుకుని, శంభునాథునిచే రావాల్సిన దానికన్నా రెట్టింపు ధనాన్ని సత్యవ్రతునికి ఇప్పించాడు.

ఐకమత్యమే మహా బలం

పూర్వం దండకారణ్యం అనే అడవి ఉండేది. ఆ అడవిలో రకరకాల జంతువులు, పక్షులు చెట్లను, పుట్లను, కొండలను ఆవాసంగా చేసుకుని జీవించేవి. అన్నిటికీ ప్రధాన శత్రువు పాములే. ఆ పాములే పక్షుల గుడ్లను, జంతువుల పిల్లలను నోట కరుచుకుని పోయి గర్భ శోకాన్ని మిగిల్చేవి. కానీ ఆ పాములను ఏమీ చేయలేని నిస్సహాయ స్థితిలో ఉండేవి. వాటి విషపు కాటుకు భయపడి ఏవీ ముందుకు వచ్చేవి కావు. ఆ పాములను ఏమి చేయలన్నా ఎవరూ ఏమీ మాట్లాడే వారు కాదు.

ఒకరోజు అన్ని పక్షులూ, జంతువులూ సమావేశమయ్యాయి. ఆ పాములను ఏం చేద్దామా అని పరిష్కారం కోసం ఆలోచించ సాగాయి.

ఆ అరణ్యానికి మహారాజైన ధూమకేసరి అనే సింహం మాట్లాడడం మొదలు పెట్టాడు. మొదటగా జంతువులలో పెద్దదైన ఏనుగు జాతి పెద్ద అయిన గజేశ్వరుడిని అడిగాడు.

"గజేశ్వరా! ఈ మధ్య ఈ పాముల బెడద బాగా పెరిగింది. అవి మన జాతి మనుగడను నాశనం చేస్తున్నాయి. ఇవి నివారించాలంటే ఏం చేయాలి? దీనికి నీ సలహా ఏమిటి? ఇందులో నువ్వేమైనా చేయగలవా?" అని అడిగాడు ధూమకేసరి.

"మహారాజా! మీరన్నది నూరుకి నూరు పాళ్లు నిజం. ఆ పాములు మన సంతతిని మట్టుపెడుతున్నాయి. కానీ ఇదివరలో వాటిని మట్టుబెట్టడానికి మా జాతి పెద్ద కొమరేశ్వరుడు చాలా పాములను తన బలిష్టమైన కాళ్లతో తొక్కి చంపేశాడు. కానీ పాములకు పగ ఎక్కువ. తమ వంశీకులను చంపిన కొమరేశ్వరుణ్ణి పగబట్టి మిగిలిన అన్ని పాములు మా కొమరేశ్వరుడు ఆదమరచి పడుకున్నప్పుడు చుట్టుముట్టి తమ కోరలతో కాటేసి చంపేసాయి. ఆ రోజు నుండీ మా ఏనుగులు ఆ పాముల వైపు వెళ్లడం మానేసాయి. మా వంశీకుల ఆజ్ఞ మేరకు మేము పాముల గురించి ఆలోచించట్లేదు. ఈ విషయంలో మేము ఏ సహకారం అందించలేము. మమ్మల్ని క్షమించండి" అని చెప్పాడు గజేశ్వరుడు.

అది విన్న ధూమకేసరి పులుల జాతి వైపు తిరిగాడు. పులులలో పెద్దవాడైన వ్యాఘ్రనాథుడిని అడిగాడు.

"వ్యాఘ్రనాథా! మీ వంశంలో ఎవరైనా ఈ పాముల బారినుండి మనందరినీ కాపాడడానికి మీరిచ్చే సలహా ఏమిటి? మీ వైపు ఎవరైనా ముందుకు వస్తారా?" అని అడిగాడు ధూమకేసరి.

"మహారాజా! గతంలో మీకు తెలియకుండానే మా వాళ్లు ఆ పాముల మీద పగ తీర్చుకోవడానికి ఆ పాముల మీద దాడి చేసాము. కానీ ఆ పాముల ఎదురుదాడికి మా వాళ్లు

ఆగలేకపోయారు. మేము ఆ పాములను ఏమీ చేయలేమని నిర్ధారణకు వచ్చాము. క్షమించండి" అని చెప్పాడు వ్యాఘ్రనాథుడు.

ఆ తర్వాత ధూమకేసరి ఎలుగుబంటి జాతిలో పెద్దవాడైన భల్లూకసేనుడిని అడిగాడు.

"ఏం భల్లూకా! మీరేమి అంటారు?" అని అడిగాడు.

"మహారాజా! మీకు తెలియనిదేముంది. మేము కూడా ఆ పాములను అణగతొక్కుదామని ప్రయత్నించి భంగపడ్డామని మీకూ తెలుసు. ఈ విషయంలో మేము కూడా చేసేదేమీ లేదు" అని అన్నాడు భల్లూకసేనుడు.

ఆ తర్వాత ధూమకేసరి కోతుల వృద్ధుడైన కపిలమునిని అడిగాడు. "ఓ కపిలమునీ! మీరు ఒక చోట నుండి మరొక చోటికి ఎగరగలరు. త్వరగా ఎవరికీ దొరకరు. మీరు ఈ పాముల విషయంలో ఏదో ఒకటి చేయగలరని నాకు అనిపిస్తోంది. మీరేమంటారు?" అని అడిగాడు.

"చిత్తం మహారాజా! మీరన్నది సత్యం. మేము చెట్లపై ఎగురుతూ, చెట్లపైకి వచ్చిన పాములను మట్టుబెట్టగలం. కానీ పుట్టలలో, నేలమీద ఉన్న పాములను మేము మట్టుపెట్టలేం. దానికి పరిష్కార మార్గం వెదకండి ప్రభూ!" అని అన్నాడు కపిలముని.

ధూమకేసరి ముంగిస జాతి పెద్దవాడైన నకులవాహనుడిని అడిగాడు. "ఓ నకులా! మీ జాతి అనాదిగా అడ్డొచ్చిన పాములను సంహరించి వాటి బారినుండి అందరినీ కాపాడుతూ వస్తున్నారు. ఈ సారి కూడా మీ సహాయం కోరుతున్నాము" అని అన్నాడు ధూమకేసరి.

"అలాగే మహాప్రభూ! కానీ నేలమీద సంహరించే వాటిని మాత్రమే మేము సంహరించగలం. మరి పుట్టలలో ఉన్న వాటి సంగతేమిటి? బాగా ఆలోచించండి" అని చెప్పాడు నకులవాహనుడు.

ఈసారి ధూమకేసరి పక్షులలో అత్యంత బలవంతుడు, గ్రద్ద జాతికి చెందిన గరుడ భూపతిని అడిగాడు. "ఓ గరుడా! మీ జాతి కూడా పాముల బారి నుండి కాపాడుతున్నారు. ఈ విషయంలో కూడా మీ సహాయ సహకారాలు మాకు చాలా అవసరం. ఏమంటారు?" అని అడిగాడు ధూమకేసరి.

"తప్పకుండా ప్రభూ! మేము చెట్లపైన, నేలపైన ఉన్న పాములను సంహరించగలం. కానీ పుట్టల్లో ఉన్న పాములను మేమేమి చేయలేము. వాటిని సంహరించడానికి ఉపాయం ఆలోచించండి" అని చెప్పాడు గరుడ భూపతి.

పుట్టల్లో దాగున్న పాములను సంహరించడానికి, ధూమకేసరి మిగతా అన్ని జాతులను అడిగాడు. పాములకు భయపడి ఎవరూ ముందుకు రాలేదు. ఆఖరికి చీమల వృద్ధుడైన పిపీలిక విభుడు ముందుకొచ్చాడు.

"మహారాజా! పుట్టల్లో ఉన్న పాములను మేము మట్టుపెడతాం. మా స్థావరాలను కూడా పాములు ఆక్రమిస్తున్నాయి" అని అన్నాడు పిపీలిక విభుడు.

అది విన్న ధూమకేసరి "పెద్ద పెద్ద జంతువులు, పక్షులే, ఆ పాములను వధించడానికి వెనుకాడుతున్నాయి. మీ వల్ల ఏమవుతుంది?" అని అడిగాడు.

"మహాప్రభూ! మిగతా జంతువులు, పక్షులతో పోలిస్తే మా సంతతి అనంతం. మేమందరం ఒకేసారి పట్టుబట్టి కరిస్తే ఎలాంటి సర్పమైనా గిలగిల లాడాల్సిందే! కానీ ఆ పాములు పుట్టల్లోకి రాగానే బంకమట్టితో పుట్టలు మూసేయాలి. అప్పుడు అవి బయటకి రాకుండా ఉంటాయి. మా చేతుల్లో చస్తాయి " అని చెప్పాడు పిపీలిక విభుడు.

అతను చెప్పినది సబబుగానే అనిపించింది, ధూమకేసరికి. "చెట్లపై, పుట్టల్లో, నేలపై, ఎక్కడైనా ఉన్న పాములను మట్టుపెట్టడానికి చాలామంది ముందుకు వచ్చారు. కానీ అన్ని పాములపై దాడులు ఏకకాలంలో జరగాలి. అందుకే పాములన్నింటినీ గమనించి, ఆ పాములన్నీ దొరికిన తర్వాత అందరికీ తెలియజేసే పని ఈ పక్షులకు ఇస్తున్నాను. పాముల పుట్టలు పూడ్చే పని ఉడతలకు అప్పజెప్పుతున్నాను. పాములపై ఈ దండయాత్ర అందరూ ఐకమత్యంతో చేసి మన సంతతిని కాపాడుకుందాం" అని చెప్పాడు ధూమకేసరి. అన్నీ ధూమకేసరితో వంత పాడాయి.

తెల్లారింది. పాములను జాగ్రత్తగా గమనించిన పక్షులన్నీ ఒక్కసారిగా కిలకిలరావాలు చేసాయి. ఆ శబ్దాలు వినగానే అన్ని జంతువులు జాగ్రత్త పడ్డాయి. పాములు పుట్టల్లోకి వెళ్లడం చూసి ఉడతలు బంకమట్టితో పుట్టలను పూడ్చాయి. పుట్టలలో దూరిన పాములను చీమలన్నీ చంపేసాయి. చెట్లపైకి ఎక్కిన పాములను గ్రద్దలన్నీ నోటితో కరచి తీసుకునిపోయి దగ్గరలో ఉన్న సముద్రంలో పడేసాయి. నేలమీద తిరిగే పాములను, ముంగిసలు వేటాడి, వేటాడి చంపాయి.

అన్ని పాములూ చనిపోయాయన్న నిర్ధారణకు వచ్చిన తర్వాత అన్నీ సమావేశమయ్యాయి. ధూమకేసరిని అన్నీ అభినందించాయి. ఒకళ్లను ఒకళ్లు కౌగిలించుకుని అభినందనలు తెలియజేసుకున్నాయి. ఇక ఆ పాముల బెడద తప్పి సంతోషంగా జీవించాయి.

దురాశ నిరాశే

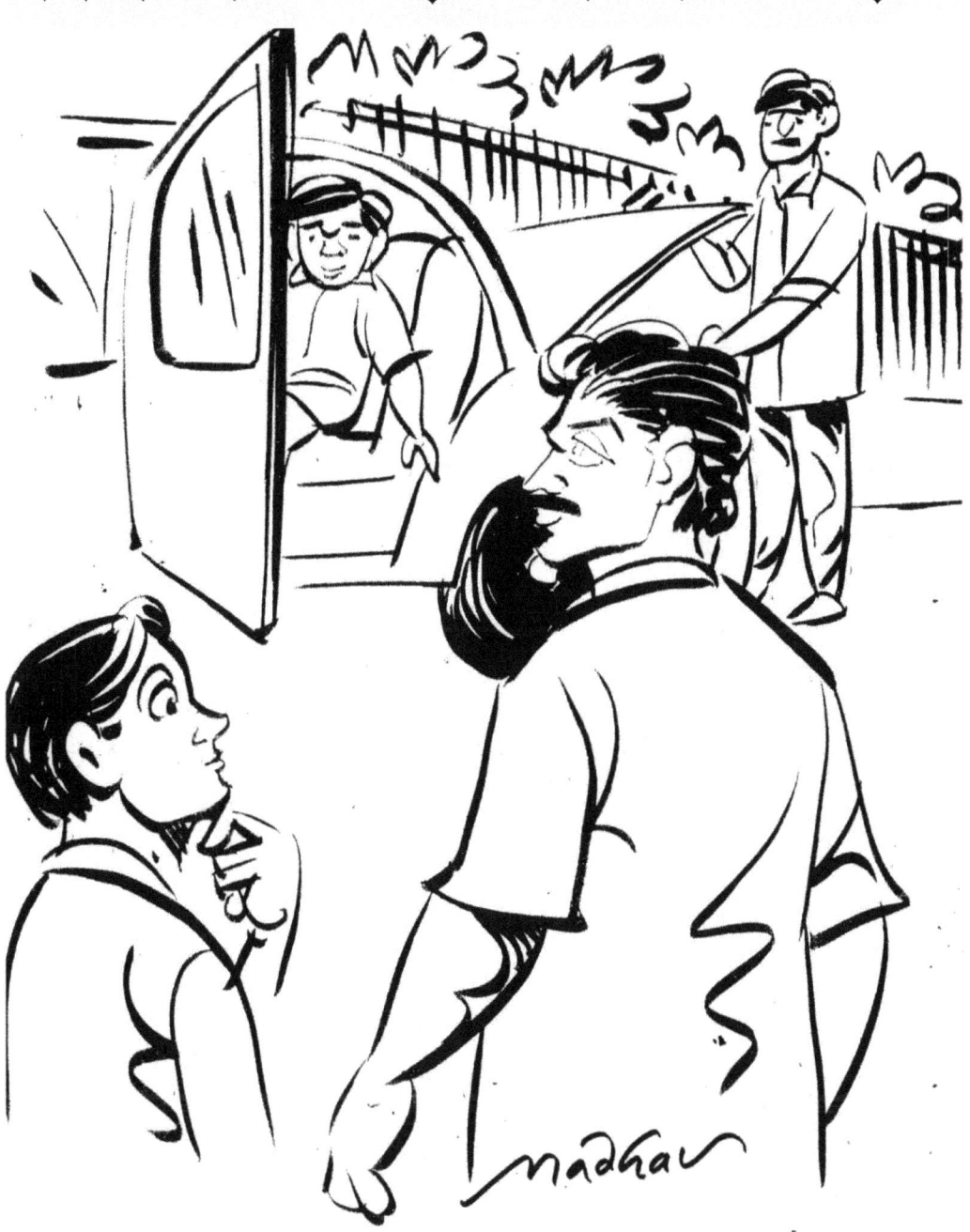

రాజానగరం అనే ఊళ్లో కృష్ణమూర్తి అనే ఆసామి ఉండేవాడు. ఆ ఊళ్లో ధనవంతులలో కృష్ణమూర్తి కూడా ఒకడు. అతను తన కష్టం మీద పాతికెకరాలు సంపాదించి వ్యవసాయం చేసుకుంటూ జీవనం సాగిస్తున్నాడు. అందుకే తనకి కష్టం విలువ, డబ్బుల విలువ బాగా తెలుసు. డబ్బు దగ్గర చాలా జాగ్రత్తగా ఉంటాడు. అంత ఆస్తి ఉన్నా అతని చేతినుండి డబ్బులు రాలవని అందరూ కృష్ణమూర్తిని పిసినారి అనేవారు. కానీ ఎప్పుడూ ఇంట్లోకి తినడానికి, హాయిగా గడపడానికి ఏ లోటూ చేయలేదు. అనవసర దూబరా ఖర్చులు చేయవద్దంటాడు. అవసరమైతే లక్ష రూపాయలైనా ఖర్చు చేయి, అనవసరంగా రూపాయి కూడా ఖర్చు పెట్టకు అనేది కృష్ణమూర్తి సిద్ధాంతం.

అతని భార్య జానకి ది కూడా అదే మనస్తత్వం. భర్త అడుగుజాడల్లో నడిచే సాధ్వి. కానీ కొడుకు కార్తీక్ పుట్టిన తర్వాత జానకిలో కొంచెం మార్పు వచ్చింది. ఒక్కగానొక్క కొడుకు అడిగిందల్లా ఇవ్వాలని తాపత్రయపడేది. తల్లి అండ చూసుకుని కార్తీక్ అవి కావాలి, ఇవి కావాలి అని మారాం చేసేవాడు. అవి తెచ్చి ఇచ్చేదాకా ఇల్లు పీకి పందిరి వేసేవాడు. భార్య మాట విని తప్పక కొని తెచ్చేవాడు కృష్ణమూర్తి.

వాడు అడిగిన ప్రతీ దానిని కొని ఇచ్చి వాడిని ఇలా పెంచితే రేపు పెద్దయ్యిన తర్వాత మన మాట కూడా వినడు అని ఎన్నోసార్లు జానకికి చెప్పేవాడు. కానీ పుత్రవాత్సల్యం వల్ల జానకి అవేమీ పట్టించుకునేది కాదు. కాలానుగుణంగా కార్తీక్ పెద్దవాడయ్యాడు. మంచి స్కూల్ లో వేసారు. రోజూ స్కూల్ బస్సులో వెళ్ళి వస్తూండేవాడు.

కొంతకాలం తర్వాత కార్తీక్, జానకితో "అమ్మా! మా ఫ్రెండ్స్ అందరూ సైకిల్ మీద వస్తున్నారు. నాక్కూడా ఒక సైకిల్ కొనమ్మా! నేను కూడా ఎంచక్కా సైకిల్ తొక్కుకుంటూ స్కూల్ కి వెళ్తాను" అన్నాడు.

ఇదే విషయాన్ని కృష్ణమూర్తి ముందుంచుంది జానకి. మొదట వద్దని వారించినా ఎక్సర్ సైజ్ గా ఉంటుందని భావించి కొత్త సైకిల్ కొనిచ్చాడు కృష్ణమూర్తి. ఇక కార్తీక్ ఆనందానికి అవధుల్లేకుండా పోయాయి. తన సైకిల్ ని చూసి మురిసిపోయాడు. తన ఫ్రెండ్స్ అందరికీ చూపించి గొప్పకు పోయాడు. సైకిల్ లేని ఫ్రెండ్స్ అందరూ కార్తీక్ ని చూసి పైకి ఆనందం ప్రకటిస్తూనే లోలోపల ఒకింత అసూయకు లోనయ్యారు. ఇలా కొంత కాలం సాగింది.

కార్తీక్ తొమ్మిదవ తరగతిలోనికి వచ్చాడు. ఈ సారి మోటార్ బైక్ కావాలని మారాం చేయడం మొదలు పెట్టాడు. జానకి కూడా తన కొడుక్కి వంత పాడడం మొదలుపెట్టింది. ఇది కృష్ణమూర్తి కి మింగుడు పడలేదు. బైక్ కొనివ్వలేని పరిస్థితులలో కృష్ణమూర్తి లేడు. కానీ కార్తీక్ కోరిన ప్రతీ కోరికను తీర్చుకుంటూ పోతే రేపు వాడి భవిష్యత్తులో ఇబ్బందులు పడతాడని ఆలోచనలో పడ్డాడు. ఆ రాత్రంతా బాగా ఆలోచించాడు. దీనికి ఒక పరిష్కారం చూపాలనుకున్నాడు.

తెల్లవారి కార్తీక్ స్కూల్ కి వెళ్లడానికి ముస్తాబు అవుతున్నాడు. కృష్ణమూర్తి కూడా త్వరగా తయారయ్యి కార్తీక్ తో స్కూల్ కి వెళ్లడానికి రెడీ అయ్యాడు. ఇదే విషయం కొడుకుతో చెప్పాడు.

"ఈ రోజు నాకు అటువైపు పనుంది. నేను నా బైక్ మీద దింపుతాను" అని కార్తీక్ తో అని తన బైక్ మీద స్కూల్ కి తీసుకెళ్లాడు కృష్ణమూర్తి.

కార్తీక్, కృష్ణమూర్తి స్కూల్ కెళ్లే సమయానికి కార్తీక్ క్లాస్ మేట్ ప్రహ్లాద్ కారులో దిగాడు. అతనికి కాళ్లు లేకపోవడంతో వీల్ చైర్ కారులోంచి తీసి

ప్రహ్లాద్ ని అందులో కూర్చోబెట్టి స్కూల్ లోపలికి తీసుకెళ్తున్నాడు డ్రైవర్. ఇదంతా దూరం నుంచి గమనిస్తున్నారు కార్తీక్, కృష్ణమూర్తులు. బైక్ స్టాండ్ వేసి గబగబా ప్రహ్లాద్ దగ్గరకు బయల్దేరాడు కృష్ణమూర్తి కొడుకుతో.

ప్రహ్లాద్ వద్దకు చేరుకోగానే "బాబూ! రోజూ నువ్వు కారులో స్కూల్ కి వస్తున్నావు. చాలామంది స్కూల్ కి స్కూల్ బస్సుల్లోనూ, సైకిళ్ల మీద వస్తున్నారు. దీనికి నువ్వు ఎలా ఫీల్ అవుతున్నావు" అని అడిగాడు కృష్ణమూర్తి.

"అంకుల్! నా పేరెంట్స్ ని నేనేమి అడిగితే అది కాదనకుండా ఇచ్చారు. ఇంకా ఇస్తున్నారు. నేను పుట్టుకతో కాళ్లు లేకుండా పుట్టాను. ఆ బాధ తెలియకుండా నన్ను పెంచుతున్నారు మా పేరెంట్స్. నేను పుట్టడమే గోల్డెన్ స్పూన్ తో పుట్టాను. నిజంగా నాకు ఏ లోటూ లేదు, ఈ కాళ్ల అవుకు తప్ప. నాకు మాత్రం అందరిలాగా సైకిల్ తొక్కుకుంటూ స్కూల్ కి రావాలని ఉంటుంది. కానీ ఆ దేవుడు నాకు ఆ అవకాశం లేకుండా చేసాడు అంకుల్!" అని బాధ పడ్డాడు ప్రహ్లాద్.

ప్రహ్లాద్ ని ఓదార్చి పంపించేసిన తర్వాత కార్తీక్ వైపు తిరిగాడు కృష్ణమూర్తి. "చూసావా కార్తీక్! ఈ ప్రపంచంలో ప్రతీ వాడూ తనకు దక్కిన దానితో సంతృప్తి పడడు. ప్రహ్లాద్ కి ఏం తక్కువ? శాసిస్తే అన్నీ కాలి దగ్గరకు వస్తాయి. కానీ సైకిల్ తొక్కాలని ఆశ పడుతున్నాడు. నువ్వేమో సైకిల్ ఉండి బైక్ కావాలంటున్నావు. ఎవడికి ఏది లేదో అదే కావాలనిపిస్తుందిరా! ఎవడైనా

దొరికిన దానితో సంతృప్తిగా ఉంటే బాధ పడాల్సిన అవసరం ఉండదు. అదే అందని వాటి కోసం ఆలోచించి దురాశకు పోతే నిరాశ తప్పదు. ఇప్పటికైనా తెలుసుకో!" అని కొడుకుతో చెప్పాడు కృష్ణమూర్తి.

తండ్రి మాటల్లోని ఆంతర్యం అర్థమయ్యింది కార్తీక్ కి. ఆ రోజు నుండి తండ్రి చెప్పిన మాట వింటూ హాయిగా జీవనం సాగిస్తున్నాడు కార్తీక్.

అమ్మ మాట వినాలి

అది ఒక దట్టమైన అడవి. ఆ అడవిలో చిన్నా, పెద్దా జంతువులన్నీ నివసించేవి. క్రూర జంతువులు సాధు జంతువులను చంపి తమ ఆకలిని తీర్చుకునేవి. సాధు జంతువులు ఆ అడవిలో దొరికే కాయలు, పళ్ళు, దుంపలు తింటూ క్రూర జంతువులకు దొరకకుండా జీవనాన్ని సాగించేవి. ఆ క్రూర జంతువులకు తోడు వేటగాళ్ళ రూపంలో మరొక ఆపద కూడా పొంచి ఉండేది, ఆ సాధు జంతువులకు. అందుకే ఆ సాధు జంతువులలో పెద్ద జంతువులు తమ సంతతికి చెందిన వారికి ఎవరికంటా పడకుండా చాలా జాగ్రత్తలు చెప్పేవి. కొన్ని జంతువులు వినేవి, కొన్ని వినేవి కాదు. అలా పెద్దవాళ్ల మాటలను పెడచెవిన పెట్టిన జంతువులు ఆ వేటగాళ్ళకో, క్రూర జంతువులకో ఆకలి తీర్చే ఆహారంలా మారిపోయేవి.

ఆ అరణ్యం ఒక మూలన ఒక సరస్సు ఉండేది. ఆ సరస్సుని ఆనుకుని ఉన్న పచ్చిక మైదానాన్ని తమ ఆవాసంగా చేసుకుని ఒక కుందేళ్ల గుంపు నివసించేది. అవి అక్కడ దొరికే ఆకులు, కంద మూలాలను తింటూ, ఆ సరస్సులో నీళ్ళు తాగుతూ హాయిగా జీవించేవి. అవి ఉండే ప్రదేశం ఆ అడవికి ఒక మూలన ఉండేది కాబట్టి, ఎక్కువగా క్రూర జంతువులు గానీ, వేటగాళ్ళు గానీ వచ్చేవారు కాదు. అందుకే ఆ కుందేళ్లు స్వేచ్ఛగా తిరుగుతూ ఆడుకునేవి.

ఆ కుందేళ్ల గుంపులో కౌముది అనే కుందేలు ఉండేది. ఆ కౌముదికి మిత్రవింద, అరవింద, చారువింద అనే ముగ్గురు సంతానం. ఆ ముగ్గురుకి ఎప్పటికప్పుడు జాగ్రత్తలు చెప్పుకుంటూ కంటికి రెప్పలా కాపాడుకుంటూ వస్తోంది కౌముది.

ఒకరోజు ఇవన్నీ ఆనందంగా ఆడుకుంటుండగా అరవింద, చారువింద అడవిలోకి పరుగులు తీసాయి. ఇది దూరం నుండి గమనించిన కౌముది వారిని గట్టిగా పిలిచి వెనక్కి రప్పించింది.

"మీకు ఎన్నిసార్లు చెప్పాలి, అడవి లోపలికి వెళ్ళొద్దని? అక్కడ క్రూర జంతువులు, వేటగాళ్ళు ఉంటారని చెప్పానా? ఒక్కసారి వాళ్ల కంటపడ్డామా, ఇక మన జీవితం అక్కడితో సమాప్తం. నా మాట విని ఇంకెప్పుడూ అక్కడికి వెళ్ళకండి" అని గట్టిగా చెప్పింది, కౌముది. ఇక అప్పటి నుండీ అవి అడవిలోకి వెళ్ళే సాహసం చేయలేదు.

ఆ కుందేళ్లు నివసించే చోటు ప్రక్కనే ఒక పెద్ద చెట్టు ఉంది. ఆ చెట్టు మీద చాలా పక్షులు నివాసం ఉండేవి. అందులో చాందిని అనే రామచిలుకకు ఈ కుందేళ్ల పిల్లలకు స్నేహం బాగా కుదిరింది. చాందిని, ఈ కుందేళ్ల పిల్లలు కలిసి ఆడుకునేవి. చాందిని ఎగిరి అడవంతా తిరిగి

రకరకాల పళ్ళు తెచ్చి ఈ కుందేళ్ల పిల్లలకు పంచేది. కుందేళ్లు సేకరించిన దుంపలు చాందినీకి ఇచ్చేవి. ఇలా ఇవన్నీ చాలా అన్యోన్యంగా జీవనం సాగిస్తున్నాయి.

ఒకరోజు చాందిని తియ్యటి పళ్ళు తీసుకొచ్చి కుందేళ్ల పిల్లలకు ఇచ్చింది. ఆ పళ్ళు తిని అవి చాలా ఆనందపడ్డాయి. ఆ పళ్ళు ఎక్కడ దొరుకుతాయని చాందినీని అడిగింది మిత్రవింద.

"అడవి లోపలికి కొంచెం దూరం వెళ్ళగానే అనేక పళ్ళ చెట్లు ఉన్నాయి. అవి చాలా తియ్యగా ఉంటాయి. అందులోనుండే ఈ పళ్ళు తీసుకొచ్చాను. ఇవే కాక అక్కడ ఇంకా రకరకాల పళ్ళు ఉన్నాయి" అని చెప్పి మరల అడవిలోకి వెళ్లిపోయింది చాందిని.

అది విన్న మిత్రవిందకు నోరూరింది. ఎలాగైనా అడవిలోనికి వెళ్ళి ఆ పళ్ళన్నీ తినాలనిపించింది మిత్రవిందకి. ఇదే విషయం చారువింద, అరవిందలతో చెప్పింది.

"మనం కూడా అడవి లోపలికి వెళ్లితే చాలా పళ్ళు తినొచ్చు. ఎప్పుడూ ఈ దుంపలూ, కందలూ తింటున్నాము. ఈ చాందినీ లాగా ఎంచక్కా మనం కూడా రకరకాల తియ్యటి పళ్ళు తిందాము. రండి వెళదాము" అని చెప్పింది మిత్రవింద.

ఇది వినగానే చారువింద "అమ్మో! అమ్మకు తెలిస్తే చంపేస్తుంది. నేను రాను బాబూ! నా మాట విని మీరు కూడా వెళ్ళవద్దు " అని భయంగా చెప్పింది.

"సరేలే! నీకన్నీ భయాలే! మనం వెళ్ళినట్టు అమ్మకు చెప్తామేంటి? అమ్మ వచ్చేలోపల వచ్చేద్దాం. నీకు భయమైతే నువ్వు రాకు. నేను, అరవింద కలిసి వెళ్తాం" అని అరవిందను తీసుకుని అడవి లోపలికి వెళ్ళింది మిత్రవింద. వెళ్ళి ఎంత సేపయినా రావట్లేదని వాళ్లు వెళ్ళిన వైపే చూస్తూ కూర్చుంది చారువింద. ఇంతలో కౌముది వచ్చింది. చారువింద ఒక్కర్తే ఉండడం, పైగా ఆందోళనగా ఉండడం చూసి "ఏమయ్యింది చారువిందా? వాళ్ళేరి? నువ్వు ఎందుకు అలా ఉన్నావు?" అని అడిగింది. జరిగినదంతా పూసగుచ్చినట్టు చెప్పింది చారువింద. అది విని లబోదిబో అని ఏడవడం ప్రారంభించింది కౌముది. ఆ ఏడుపు విని పక్షులు, సాధు జంతువులు అక్కడకు వచ్చాయి. వాళ్ళల్లో చాందిని కూడా ఉంది.

అంతా విని "అత్తమ్మా! నువ్వేమీ కంగారు పడకు. నేను, మా పక్షులందరం వెళ్లి వాళ్ల జాడ కనుక్కుని వస్తాం. సరేనా! నువ్వు ధైర్యంగా ఉండు" అని చెప్పి పక్షులన్నింటినీ తీసుకుని అడవిలోనికి వెళ్ళింది చాందిని.

అడవి అంతా గాలించగా ఒకచోట జంతువులు పట్టడానికి తవ్విన గొయ్యి నుండి కేకలు వినబడ్డాయి. పైనుంచి చూడగా ఆ పెద్ద గోతిలో మిత్రవింద, అరవింద పడిపోయి ఉన్నాయి. వాటిని పైకి ఎలా తీయాలో అర్థం కాలేదు చాందినీకి. ఈ లోపు దూరం నుండి ఒక వేటగాడు అక్కడికి రావడం గమనించింది చాందిని.

అప్పుడు పక్షులందరితో "జాగ్రత్తగా వినండి! ఆ వేటగాడు వచ్చే సమయానికి అతని కంట పడకుండా చెట్ల ఆకుల మధ్య దాక్కుందాం. ఆ వేటగాడు మిత్రవింద, అరవింద లను గొయ్యి నుండి పైకి తీయగానే అందరం కలిసి వేటగాడిపై దాడిచేద్దాం. అప్పుడు ఆ వేటగాడు వాళ్లను వదిలేసి వెళ్ళిపోతాడు. అప్పుడు మిత్రవింద, అరవిందలతో మనం అడవినుండి దాటిపోదాం " అని చెప్పింది చాందిని.

అన్ని పక్షులు చాందిని చెప్పినట్టే చేసాయి. వేటగాడు వచ్చి ఈ రోజు తన పంట పండిందనుకుని మిత్రవింద, అరవింద లను పైకి తీసాడు. ఒక్కసారిగా పక్షులన్నీ వేటగాడి మీద దాడి చేసాయి. తమ ముక్కులతో పొడిచాయి. అన్ని పక్షులు ఒకేసారి మీద పడడం చూసి, భయపడి, మిత్రవింద, అరవింద లను అక్కడ వదిలేసి పారిపోయాడు వేటగాడు. చాందిని చెప్పినట్టు గానే అన్నీ అడవి దాటాయి.

వీళ్ల రాక కోసం వేయి కళ్ళతో ఎదురు చూస్తున్న కౌముది, దూరం నుండి వీళ్లు రావడం చూసి ఊపిరి పీల్చుకుంది. మిత్రవింద, అరవిందలు దగ్గరకు రాగానే "నేను ఎన్నిసార్లు చెప్పినా వినిపించుకోలేదు. ఆ అడవిలోకి ఎందుకు వెళ్లారు? నా మాటంటే మీకు లెక్కలేదు. చాందిని ఉంది కాబట్టి ఈ రోజు మీరు బతికి బట్టకట్టారు" అని ఏడుస్తూ వాళ్ల ని మందలించి, చాందినీకి కృతజ్ఞతలు తెలిపింది కౌముది.

"ఇప్పటికైనా చూసారా! మేము రావడం ఆలస్యమైతే మీరు ఏమై పోయేవారు? మీ గురించి ఇంత ఆలోచించే మీ అమ్మ ఏమయ్యేది? అందుకే అమ్మ మాట వినాలి. పెద్దల మాట చద్దన్నం మూట. మీకు పళ్ళు కావాలంటే నేను తెస్తున్నాగా! ఇక మీరెప్పుడూ మీ అమ్మ కి తెలియకుండా అడవిలోకి వెళ్ళకూడదు. సరేనా?" అని చెప్పింది చాందిని.

చాందిని మాటలకు యదార్థం గ్రహించి సరేనన్నాయి. వాళ్లమ్మను పట్టుకుని "అమ్మా! మాకు బుద్ధొచ్చింది. ఇంకెప్పుడూ నీకు చెప్పకుండా మేమెక్కడికీ వెళ్ళం" అని అన్నాయి మిత్రవింద, అరవిందలు.

అందరినీ దగ్గరకు తీసుకుని మనసారా ఆనందపడింది కౌముది. ఇక అప్పటినుండీ అమ్మ

చెప్పినట్టే వింటూ ఎంతో ఆనందంగా జీవించాయి ఆ కుందేళ్లు.

కష్టేఫలి

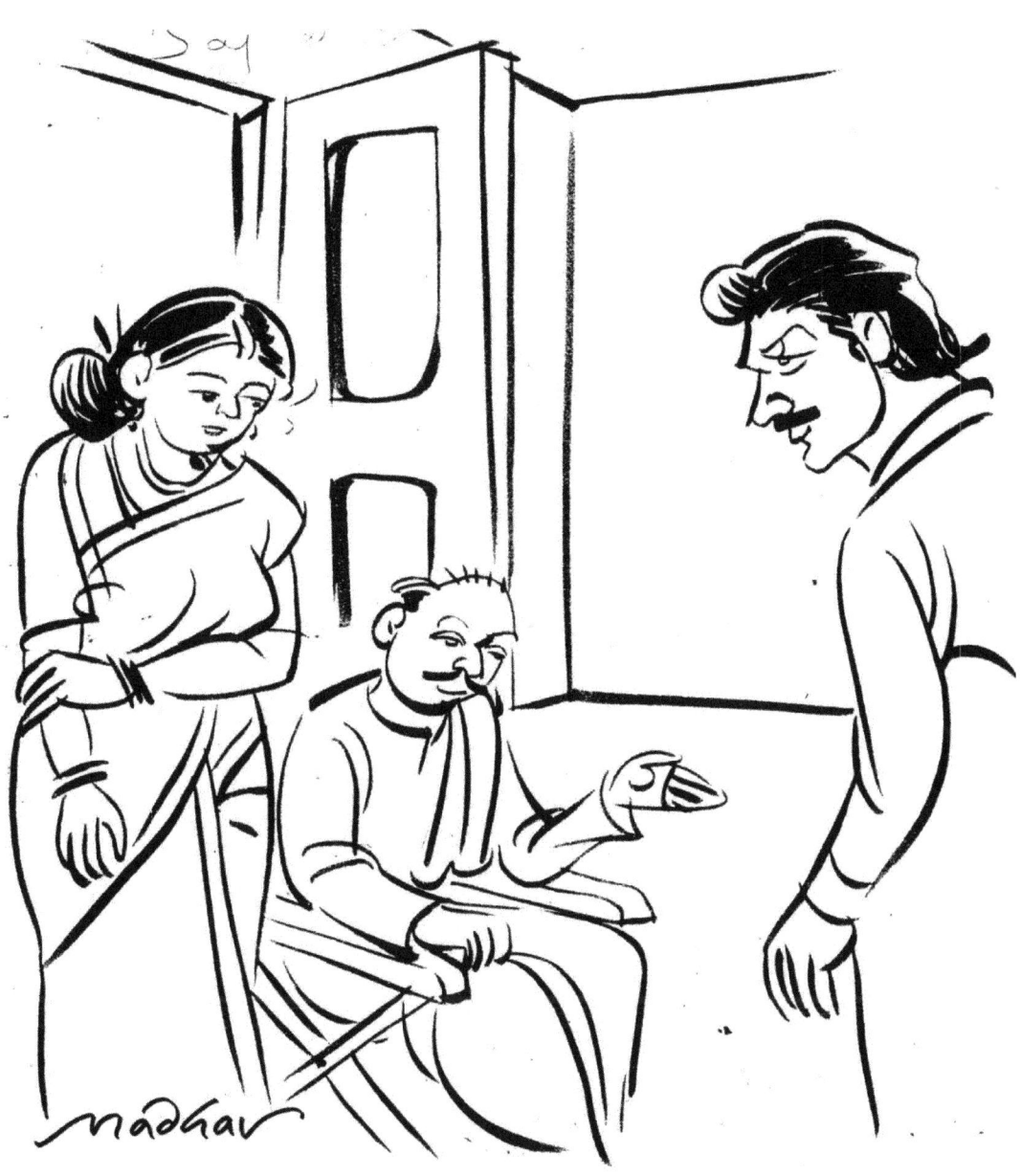

పూర్వం రామాపురం అనే ఊరిలో దశరథరామయ్య అనే రైతు ఉండేవాడు. అతను తనకున్న ఐదెకరాల పొలాన్ని నమ్ముకుని జీవించేవాడు. గొప్పలకు పోకుండా ఉన్నదాంట్లో సంతృప్తిగా బతికేవాడు. అతని భార్య పేరు అనసూయమ్మ. భర్త అడుగుజాడల్లో నడిచేది. ఏరోజూ తన భర్త మాటకు ఎదురు చెప్పేది కాదు. అన్ని విషయాల్లోనూ ఇద్దరూ ఒకేమాట మీద ఉండేవారు, ఒక్క వాళ్ల కొడుకు మాధవుడి విషయంలో తప్ప. మాధవుడు వారికి ఒక్కగానొక్క కొడుకు. పెళ్లైన చాలా కాలానికి, ఎన్నో పూజలు చేసిన తర్వాత పుట్టిన వాడు కావడంతో మాధవుడిని అల్లారుముద్దుగా చూసుకునేది.

అనసూయమ్మ. అంత ముద్దు చేయడం తప్పు అనేవాడు దశరథరామయ్య. ఆ విషయం లోనే ఇద్దరి మధ్యా గొడవ జరిగేది.

తల్లి గారాబంతో బాగా మొండివాడిగా తయారయ్యాడు మాధవుడు. చదువు సరిగ్గా అబ్బలేదు. స్నేహితులతో కలిసి చెడు తిరుగిళ్లు తిరిగేవాడు. బయటివాళ్లతో గొడవపడి రోజుకొక గొడవ ఇంటికి తీసుకొచ్చేవాడు. దశరథరామయ్య అందరినీ సర్ది చెప్పి పంపించేవాడు. దశరథరామయ్య ముఖం చూసి మాధవుడిని వదిలేసేవారు.

మాధవుడికి యుక్త వయస్సు వచ్చింది. చాలా అందంగా తయారయ్యాడు. నిజంగా ఆ మాధవుడే మళ్లీ పుట్టాడా అన్నంత రూపురేఖలతో ఉన్నాడు. దశరథరామయ్య కి వయసు మీద పడి ఇదివరకట్లా పని చేయలేకపోతున్నాడు. మాధవుడికి ఏ పనీ చేతకాదు. పోనీ మాధవుడికి పెళ్లి చేస్తే బాగుపడతాడని ఆలోచిస్తే, మాధవుడి గురించి తెలిసిన వాళ్లెవ్వరూ పిల్లనివ్వడానికి ముందుకు రాలేదు. ఏమీ చేయలేని నిస్సహాయ స్థితిలో ఉన్నాడు దశరథరామయ్య. అనసూయమ్మ కూడా తన గారాబం వల్లే ఇలా పాడైపోయాడని తెలుసుకుని బాధపడింది.

ఒకరోజు మాధవుడిని, అనసూయమ్మ ను సమావేశ పరిచాడు దశరథరామయ్య. "ఒరేయ్ మాధవా! ఇక నా ఓపిక సన్నగిల్లింది. నేనిక పొలం పనులు చేయలేను. నేను పొలం పనులు చేయక పోతే మన కడుపులు నిండవు. కాబట్టి మన పొలాన్ని నువ్వే పండించి, గింజలు ఇంటికి తేవాలి " అని అన్నాడు దశరథరామయ్య.

అది విన్న మాధవుడు "నాకు పొలం పనులు రావు. నాకు ఎలా పండించాలో తెలియదు. ఆ పొలం అమ్మేస్తే, వచ్చిన డబ్బులతో హాయిగా వ్యాపారం చేస్తాను" అని అన్నాడు."తాత,

ముత్తాతల కాలం నుండీ భూమిని నమ్ముకున్న వంశం మనది. నీకోసం నేను ఆ భూమిని అమ్మలేను. నేనే ఎలాగోలా ఆ పొలం పండించుకుంటాను. నీకు మాత్రం చిల్లిగవ్వ కూడా ఇవ్వను" అని కోపంగా చెప్పాడు దశరథరామయ్య.

ఈ విషయం పొరుగూరిలో ఉన్న తన చిరకాల మిత్రుడు గోపాలకృష్ణ కి చెప్పాడు. గోపాలకృష్ణ చాలా పేరు, పలుకుబడి ఉన్న వ్యక్తి. అతనికి అనేక వ్యాపారాలు ఉన్నాయి. అతనికి ఒక్కత్తే కూతురు ఉంది. ఆ అమ్మాయి పేరు సునంద.

దశరథరామయ్య చెప్పినదంతా విని ఒక మంచి సలహా ఆలోచించి దశరథరామయ్య కు చెప్పాడు గోపాలకృష్ణ. ఆ ఆలోచన చాలా బాగుందని మెచ్చుకుని ఇంటికి పయనమయ్యాడు దశరథరామయ్య.

తర్వాత రోజు మాధవుడిని, అనసూయమ్మ ను వెంటబెట్టుకుని గోపాలకృష్ణ ఇంటికి పెళ్లి చూపులకు వెళ్లాడు దశరథరామయ్య. గోపాలకృష్ణ అందరినీ సాదరంగా ఆహ్వానించాడు. పెళ్లిచూపులలో సునందను చూసి ముగ్ధుడయ్యాడు మాధవుడు. చేసుకుంటే సునందనే పెళ్లి చేసుకోవాలని నిశ్చయించుకున్నాడు. సునంద కూడా మాధవుడిని ఇష్టపడింది. ఇదంతా దశరథరామయ్య, గోపాలకృష్ణలు గ్రహించారు.

పెళ్లిచూపుల తతంగం అయ్యిన తర్వాత దశరథరామయ్య మాట్లాడడం మొదలు పెట్టాడు. "ఒరేయ్ కృష్ణా! పిల్లలిద్దరూ ఒకరినొకరు ఇష్టపడ్డారు. పెళ్లికి ముహూర్తం ఎప్పుడు పెట్టుకుందాం?" అని అడిగాడు దశరథరామయ్య.

అది విన్న గోపాలకృష్ణ "రామయ్యా! ఇది అందరికీ తెలిసిన విషయమే! మాధవుడు అందగాడే గానీ ఏ పనీ చేతగానివాడు. ఏ పని చేసి నా పిల్లని పోషిస్తాడు?" అని అడిగి మాధవుడి వైపు తిరిగాడు.

"మాధవా! మీరిద్దరూ ఒకర్నొకరు ఇష్టపడ్డారు కాబట్టి మీ పెళ్లి జరిపిస్తాను. కానీ ఒక షరతు. మొన్ననే మీ పొలం, మా పొలం కుప్పనూర్చాం. ఇప్పుడు మరల పంట చేతికి రావడానికి నాలుగు నెలల సమయం పడుతుంది. నువ్వు ఒక్కడివే మనుషులను పెట్టుకుని మా ఇద్దరి పొలాలు పండించాలి. మేమెవరమూ నీకు సాయం చేయము. మా ఇద్దరి పొలాలు కలిపి పది ఎకరాల్లోనూ సుమారు 500 బస్తాల ధాన్యం వస్తుంది. నువ్వు కనీసం ఒక్క బస్తా ధాన్యమైనా ఎక్కువ

పండించాలి. అలా పండిస్తే నా కూతురిని, నా ఏవదాస్తిని నీకే ఇస్తాను. కానీ ఒక్క బస్తా తక్కువ పండించినా మా సంబంధం మర్చిపోవాలి" అని చెప్పాడు గోపాలకృష్ణ.

అందంగా ఉన్న సునందను వదులుకోకూడదని అలాగే గోపాలకృష్ణ ఆస్తిని కూడా వదులుకోకూడదని ఈ షరతుకు ఒప్పుకున్నాడు మాధవుడు.

ఈ నాలుగు నెలలు నిపుణుల సలహాలు తీసుకుని, ఒళ్లొంచి కష్టపడి పనిచేసి పది ఎకరాల్లోనూ పంట పండించాడు. ఆ రోజు కుప్పనూర్చే రోజు. ఇరు కటుంబాలు పొలానికి చేరుకున్నాయి, సునందతో సహా. ధాన్యాన్ని ఒక్కొక్క బస్తాలోనికి ఎక్కిస్తున్నారు. ధాన్యాన్నంతా బస్తాలలోకి ఎక్కించారు. ఒక్కొక్క బస్తాని ఆసక్తిగా లెక్కిస్తున్నారు, మాధవసునందలు. ఆఖరికి లెక్క పూర్తయ్యింది. 496 బస్తాలే వచ్చాయి. మాధవసునందల ముఖాలు కళావిహీనమయ్యాయి.

"మావయ్యా! మీరు పెట్టిన పరీక్షలో నేను ఓడిపోయాను. నేను సునందను పెళ్లి చేసుకోవడానికి అనర్హుడను. నన్ను క్షమించండి. కానీ ఈ పరీక్ష వల్ల నాకు కష్టం విలువ ఏంటో తెలిసింది. ఇక ఇక్కడ నుండి నేను కష్టపడతాను. మా అమ్మానాన్నలను జీవితాంతం సుఖంగా చూసుకుంటాను" అని వెళ్లిపోబోయాడు మాధవుడు.

మాధవుడిని వెళ్లొద్దని వారించి "మాధవా! నువ్వు ఈ పరీక్షలో తక్కువ బస్తాలు పండించి ఓడిపోయావేమో గానీ, కష్టపడడంలో ఓడిపోలేదు. బాగా కష్టపడడం నేర్చుకున్నావు. నీలో ఈ మార్పే మేము కోరుకున్నది. సునంద నీదే. ఇక నా పొలం, వ్యాపారాలు నీకప్పజెప్పి నేను మనశ్శాంతిగా ఉంటాను" అని చెప్పాడు గోపాలకృష్ణ.

మాధవుడిలో వచ్చిన మార్పుకి చాలా ఆనందపడ్డారు దశరథరామయ్య, అనసూయమ్మలు. మాధవుడు, సునందల వివాహం జరిపించారు. మాధవుడు కష్టపడి పొలం పనులు, వ్యాపారాలు చేసుకుంటూ బాగా సంపాదిస్తున్నాడు. అందరూ ఆనందంగా కాలాన్ని గడుపుతున్నారు.

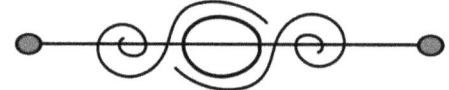

తగిన శాస్తి

హారినాథపురం అనే ఊరిలో రామయ్య, కనకయ్య అనే ఇద్దరు స్నేహితులు ఉండేవారు. ఆ ఊరు చేనేత వస్త్రాలకు ప్రసిద్ధి. ఆ ఇద్దరూ కూడా తాత, ముత్తాతల నుండి వస్తున్న ఆ వృత్తినే జీవనోపాధిగా చేసుకున్నారు. రామయ్య, కనకయ్య ఇద్దరూ చిన్నప్పటి నుండీ మంచి స్నేహితులుగా ఉండేవారు. అందరూ వారి స్నేహాన్ని చూసి ఈర్ష్య పడేవారు కూడా. చిన్నప్పుడు చదువులో పోటీ పడేవారు. ఇప్పుడు వ్యాపారం లోనూ పోటీ పడుతున్నారు. కానీ అది వృత్తి పరంగానే! మరల అన్ని విషయాల్లోనూ కలిసిమెలిసి నిర్ణయాలు తీసుకునేవారు. కనకయ్యకు కొంచెమైనా స్వార్థం ఉండేది కానీ రామయ్య మాత్రం కల్మషం లేని మనిషి. తన స్నేహితుడు కోరితే ఏదైనా చేయడానికి సిద్ధ పడేవాడు. అలా ఎన్నోసార్లు కనకయ్యను ఆదుకునేవాడు కూడా.

ఈ విషయంలో రామయ్య భార్య తులసమ్మ భర్త ముందు ఎన్నోసార్లు మొరపెట్టుకునేది. "మీరు మీ స్నేహితుడి బాగు కోరుకుని మీరు అస్తమానూ సాయం చేస్తున్నారు. బాగానే ఉంది. కానీ మీకూ పిల్లలున్నారు. వాళ్లు పెద్దయ్యే సరికి వారికి కూడా అంతో ఇంతో మిగల్చాలిగా! ఇప్పటికైనా ఆ దానధర్మాలు ఆపి కొంచెం బెట్టు చూపించడం అలవాటు చేసుకోండి" అని మొత్తుకునేది.

రామయ్య తన భార్య చెప్పింది విన్నట్టే విని తన పని తాను చేసేవాడు. తను ఒకరికి ఉపాయం చేస్తే తనకు ఆపద వచ్చినప్పుడు వంద మంది తనను ఆదుకుంటారనే సిద్ధాంతాన్ని నమ్మేవాడు.

రాను రాను ఆ ఊళ్లో అందరూ ఇదే వృత్తిని ఎంచుకోవడంతో వీళ్ల వ్యాపారాలు కొంచెం కొంచెం దెబ్బతినడం ప్రారంభించాయి. చాలామంది కొత్త కొత్త డిజైన్లతో నేస్తున్నారు. వాళ్లకి గిరాకీ పెరిగింది. వీళ్లు పాత డిజైన్లనే నేస్తుండడంతో, వీళ్ల దగ్గరకు రావడం తగ్గించేసారు జనాలు. పోనీ కొత్త డిజైన్లతో నేద్దామా అంటే పాత డిజైన్లలో నేసిన బట్టలు చాలా ఉండిపోయాయి. అవి అమ్ముడుపోతేనే గానీ కొత్తవి నేయలేరు. ఏమి చేద్దామా అని ఆలోచనలో పడ్డారు మిత్రులిద్దరూ.

ఒకరోజు ఉదయాన్నే కనకయ్య పరుగు పరుగున రామయ్య దగ్గరకు వచ్చి "ఒరేయ్ రాముడూ! నీకో శుభవార్త. మనం నేసిన డిజైన్ల బట్టలకు పూనేలో మంచి గిరాకీ ఉంటుందట్రా! ఒక్కసారి అక్కడి వ్యాపారస్తులకు నచ్చితే మనదగ్గరున్న సరుకంతా ఒకేసారి కొనేస్తారంట. మా బావమరిది ఈ విషయం చెప్పి , పూనేలో ఒక వ్యాపారి అడ్రస్ కూడా ఇచ్చాడు. ఇప్పుడే మనం బయల్దేరి పూనే వెళ్దాం" అని చెప్పాడు.

ఏం చేద్దామా అని దిగులుగా ఉన్న సమయంలో మంచి విషయం చెప్పినందుకు కనకయ్యకి ధన్యవాదాలు తెలిపి తన దగ్గరున్న సరుకును మూటకట్టి తన మిత్రుడితో పాటు పూనే పయనమయ్యాడు రామయ్య.

★★★

ఇద్దరూ పూనే వెళ్ళి కనకయ్య బావమరిది చెప్పిన అడ్రస్ కి వెళ్ళారు. అక్కడ అందరూ హిందీలో మాట్లాడేవారు. రామయ్య కి హిందీ అంతగా రాదు. కనకయ్య భార్య ఇటువైపు నుండే వచ్చింది కాబట్టి కనకయ్య కి హిందీ వచ్చు. అందుకే కనకయ్యే అందరితో హిందీలో మాట్లాడేవాడు. మొదట కనకయ్య తన దగ్గరున్న సరుకును ఆ వ్యాపారికి చూపించాడు. అది నచ్చి కొంత సరుకు కొన్నాడు ఆ వ్యాపారి. కొంత అడ్వాన్స్ ఇచ్చి తర్వాత సరుకు అమ్ముడు పోయిన తర్వాత మిగతా పైకం ఇస్తానన్నాడు. ఆ తర్వాత ఆ బజారులో ఉన్న చాలామంది వ్యాపారుల అడ్రస్ లు ఇచ్చాడు. అందరి వద్దకూ ఇద్దరు స్నేహితులు వెళ్ళారు. కనకయ్య హిందీలో మాట్లాడి మొదట తన సరుకు చూపెట్టి అడ్వాన్స్ లు తీసుకునేవాడు. రామయ్య సరుకు మాత్రం వెళ్ళేది కాదు. రామయ్య సరుకు శాంపిల్స్ మాత్రం ఇచ్చేవాడు.

ఇదే విషయం మధ్యాహ్నం భోజనాల సమయంలో కనకయ్య ని అడిగాడు రామయ్య. "ఒరేయ్ కనకం! నా సరుకు చూపించట్లేదురా?" అని అడిగాడు.

"అదా! వాళ్లు హిందీలో మాట్లాడింది నీకు అర్థం కాలేదు కదూ! అందరూ సరుకు అక్కడబెట్టి అడ్వాన్స్ లు ఇస్తున్నారు. నచ్చకపోతే తిరిగి ఇచ్చేస్తామన్నారు. సరుకు తిరిగి ఇచ్చేస్తే మనకిచ్చిన అడ్వాన్స్ తిరిగి ఇచ్చేయాలి. అయినా అంత సరుకు వాళ్లకక్కర్లేదంట. వాళ్లకి ఎంత అవసరమో అంతే తీసుకున్నారు. నువ్వు నన్ను నమ్మి వచ్చావు. నాకు నష్టమొచ్చినా ఫర్వాలేదు. నీకు రాకూడదు కదా!" అని చెప్పాడు కనకయ్య.

కనకయ్య చెప్పిందంతా నిజమని నమ్మాడు రామయ్య. కనకయ్య తన దగ్గరున్న సరుకంతా ఇచ్చేసి, రామయ్య దగ్గరున్న సరుకు శాంపిల్స్ మాత్రం ఇచ్చి మరల తమ ఊరికి బయల్దేరారు.

ఇంటికి రాగానే ఏం జరిగిందని తులసమ్మ అడిగింది భర్తని. జరిగినదంతా పూసగుచ్చినట్లు చెప్పాడు రామయ్య.

"మీ స్నేహితుడు మిమ్మల్ని మోసం చేసాడండి. అతని సరుకు మొత్తం అమ్ముకుని మన సరుకు మాత్రం ఎందుకు అమ్మి పెట్టలేదు?" అని అడిగింది తులసమ్మ.

"మనవి కూడా శాంపిల్స్ ఇప్పించాడే. వాడు చేయాల్సింది చేసాడు" అని కనకయ్య ను వెనకేసుకొచ్చాడు రామయ్య.

"మీ కంటితుడుపుగా శాంపిల్స్ ఇప్పించాడు. అవి కూడా ఇవ్వక పోతే ఎక్కడ అనుమానం వస్తుందేమోనని. మీ స్నేహితుడు మిమ్మల్ని మోసం చేసిన సంగతి బాగా అర్ధమవుతోంది. మీకే అర్ధం కావట్లేదు" అని చెప్పింది తులసమ్మ.

తన భార్య చెప్పింది విని ఆలోచనలో పడ్డాడు రామయ్య. నిజంగా కనకయ్య తనను మోసం చేసాడా, ఏమో ఆ దేవుడికే తెలియాలి అని సరిపెట్టుకున్నాడు.

★★★

ఇది జరిగిన పది రోజులకు కార్ల మీద పూనే వ్యాపారులందరూ వచ్చారు. కనకయ్య అమ్మిన సరుకంతా కుప్పగా వేసి పంచాయతీ పెట్టారు. కనకయ్య ఇంట్లో గొడవ జరుగుతోందని తెలిసి రామయ్య కూడా అక్కడికి వెళ్లాడు.

రామయ్య ను చూడగానే అక్కడున్న వ్యాపారుల్లో తెలుగు వచ్చిన ఒక పెద్ద వ్యాపారి లేచి " రామయ్య గారూ! ఈ కనకయ్య మాట విని మేము సరుకంతా ఇతని దగ్గర కొన్నాం. మీరిద్దరూ మా దగ్గర కొచ్చినప్పుడు అతని సరుకు సంగతేమిటి అని అడిగాం. నా దగ్గర కొంటే తక్కువ రేటు, రామయ్య దగ్గర కొంటే ఎక్కువ రేటు, పైగా అతని బట్ట నాణ్యత కన్నా నా దగ్గరున్న బట్ట నాణ్యతే బాగుంటుంది అని చెప్పాడు కనకయ్య. అతను హిందీలో చెప్పింది మీకు అర్ధం కాలేదు. మేము చేసిన మంచి పని ఏమిటంటే మీ దగ్గర శాంపిల్స్ తీసుకోవడం. అవీ, కనకయ్య దగ్గర కొన్నవి పోలికచేసి చూసాం. మీ బట్ట నాణ్యత బాగుంది. మేము మీ దగ్గరున్న సరుకంతా మొత్తం పైకం ఇచ్చి తీసుకోవడానికి వచ్చాం. అంతేకాదు, మీరు బట్టలు నేసినంత కాలం మాకే అమ్మండి. బయటకన్నా ఒక రూపాయి ఎక్కువే ఇచ్చి తీసుకుంటాం " అని రామయ్య చేతులు పట్టుకుని బతిమిలాడాడు.

ఆ వ్యాపారే కనకయ్య వైపు తిరిగి "చిన్నప్పటి నుండీ ప్రాణ స్నేహితుడైన రామయ్యనే మోసం చేసిన వాడివి మమ్మల్ని మోసం చేయడంలో తప్పేముంది. నీ వక్రబుద్ధి ఆదిలోనే తెలిసింది కాబట్టి సరిపోయింది. లేకపోతే మేము ఎంత నష్టపోయేవాళ్లం. మేము నీకిచ్చిన అడ్వాన్స్ తో

పాటు, మేము మీ ఊరు రావడానికి అయ్యిన ఖర్చులు నష్ట పరిహారంగా ఇవ్వు. లేకపోతే మీ ఊరి పంచాయతీలో పెడతాం" అని బెదిరించేటప్పటికి మొత్తం పైకం ఆ వ్యాపారి చేతిలో పెట్టాడు కనకయ్య.

ఆ వ్యాపారులందరూ పైకం మొత్తం ఒకేసారి ఇచ్చి రామయ్య దగ్గరున్న సరుకు కొనుగోలు చేసి వెళ్లిపోయారు.

ఆ రోజునుంచీ కనకయ్య ను దూరం పెట్టాడు రామయ్య.

అద్దం నేర్పిన పాఠం

పూర్వం రామాపురం అనే ఊరికి శంకర్రావు అనే సర్పంచ్ ఉండేవాడు. అతను చాలా మంచివాడు. అతని మంచితనం, పలుకుబడితో ప్రభుత్వంతో మాట్లాడి ఆ ఊరికి కావాల్సిన అన్ని సదుపాయాలు సమకూర్చేవాడు. అందుకే ఆ ఊరిజనాలు అతన్నే ప్రతీసారీ సర్పంచ్ గా ఎన్నుకునేవారు. ఆఖరికి సర్పంచ్ ఎన్నికలలో అతనికి పోటీగా ఎవరూ నిలబడేవారుకాదు కూడా.

శంకర్రావుకి ఒక కొడుకు ఉన్నాడు. అతని పేరు సాకేత్. ఆ ఊళ్లోనే ఏడవ తరగతి చదువుతున్నాడు. మా నాన్న సర్పంచ్ అని సాకేత్ చాలా పొగరుగా ఉండేవాడు. అందుకే సాకేత్ తో ఎవరూ స్నేహం చేసేవారు కాదు. కానీ అరవింద్ అనే అబ్బాయి మాత్రం సాకేత్ తో స్నేహం చేసేవాడు. అరవింద్ చాలా మంచివాడు. సాకేత్ దురుసుగా ప్రవర్తిస్తే తప్పని వారించేవాడు. కానీ సాకేత్, అరవింద్ మాటలను పెడచెవిన పెట్టేవాడు.

సాకేత్ కి తన తండ్రి భయం తప్ప ఇంకెవరి భయం లేదు. అందరిలోనూ తానే గొప్పవాడినని అందరితో గొడవపడేవాడు. గొడవపడిన ప్రతీసారి ఎవరో ఒకరి ద్వారా శంకర్రావు చెవిన పడేది. అది విని సాకేత్ ని గొడ్డును బాదినట్టు బాదేవాడు. శంకర్రావు కొట్టిన ప్రతీసారి సాకేత్ ఏడుస్తూ తన తాత రామనాధం దగ్గరికి చేరేవాడు. ఆయన సాకేత్ ని దగ్గరికి తీసుకుని ఏవో నీతి కథలు చెప్పి, మైమరిపించి మరల నవ్వుతూ ఆడుకునేటట్టు చేసేవారు. కానీ లోలోపల "వీడు ఇప్పుడే ఇలా ఉన్నాడంటే, పెరిగి పెద్దవాడైన తర్వాత ఏమవుతాడో" అని భయపడేవారు.

ఇదిలా ఉండగా, ఒకరోజు ఏడుస్తూ ఇంటికి వచ్చాడు సాకేత్. అది చూసి రామనాధం మనవడిని ఏమైందని అడిగాడు.

"తాతా! నేను, అరవింద్ మంచి ఫ్రెండ్స్ అని నీకు తెలుసుగా! ఈ రోజు అరవింద్, నీ ప్రవర్తన అస్సలు బాగోలేదు, నేను నీతో ఇక స్నేహం చేయను, ఇక నాతో ఆడుకోవడానికి రాకు అని తిట్టాడు. నువ్వు మారినతర్వాతే నీతో స్నేహం చేస్తాను అని అన్నాడు" అని ఏడుస్తూ చెప్పాడు సాకేత్.

"మరి అరవింద్ మాటలకు నువ్వేమి సమాధానం చెప్పావు" అని అడిగాడు రామనాథం.

" పోతే పో! నువ్వు అక్కర్లేదు, నీ స్నేహం అక్కర్లేదని వచ్చేసాను తాతయ్యా" అని అన్నాడు సాకేత్.

"మరి అంత తెగించి వచ్చేసిన వాడివి, ఇప్పుడు ఎందుకు ఏడుస్తున్నావు?" అని అడిగాడు రామనాథం. "ఎవ్వరూ నన్ను అర్థం చేసుకోవట్లేదు. అందరూ నాలో లోపాలే చెప్తున్నారు. నాకెవ్వరూ స్నేహితులు లేరు" అని మరల ఏడుపు అందుకున్నాడు సాకేత్.

రామనాథం, సాకేత్ ని ఊరడించి బెడ్ రూమ్ లో ఉన్న పెద్ద అద్దం దగ్గరికి తీసుకెళ్లాడు.

"సాకేత్! ఆ అద్దంలో చూడు" అని చెప్పాడు రామనాథం."ఏముంది అద్దంలో? రోజూ చూసేదేగా! నువ్వు, నేను కనబడుతున్నాం" అని చెప్పాడు సాకేత్.

"ఆ! అదే మరి, నీకు తెలిసింది. జాగ్రత్తగా విను. నీ స్నేహితులు ఈ అద్దం లాంటివారు. అద్దం మన ముఖంపైన ఉన్న మరకను అది ఎలా ఉందో అలాగే చూపెడుతుంది. అలాగే నీ స్నేహితులు కూడా నీ బాగు కోరి నీ లోపాలు చెబుతారు. మరక చూపించిందని కోపంతో ఆ అద్దాన్ని పగలకొట్టం కదా! అలాగే ఎవరైనా మన లోపాన్ని మనకు చెప్పినప్పుడు కోపం తెచ్చుకోకుండా, మనలోని లోపాన్ని సరిచేసుకోవాలి.

ఈ అద్దం ముందు నువ్వు నిల్చుంటే నిన్నే చూపెడుతుంది. నువ్వు లేకపోతే నిన్ను చూపెట్టదు కదా!

అలాగే ఇకనుండి నువ్వు కూడా ఎవరి గురించైనా మాట్లాడాలి అంటే వారి ముందే మాట్లాడు, వారి వెనుక మాట్లాడకు. అప్పుడు ఎటువంటి గొడవలు ఉండవు. అరవింద్ చాలా మంచివాడు. అరవింద్ కూడా అలాగే నీ ముఖం మీదే చెప్పాడు. నీ శ్రేయోభిలాషి కాబట్టి నీ మేలు కోరి చెప్పాడు. దానిని నువ్వు ఎగతాళిగా తీసుకోకు" అని చెప్పాడు రామనాథం.

అది విని పశ్చాత్తాపపడ్డ సాకేత్ "తాతయ్యా! నాకు బాగా అర్థమయ్యింది. ఇంకెప్పుడూ ఎవరినీ ఊరికే దూషించను. ఎవరైనా నా మంచికి చెప్తే వింటాను. కానీ మరల అరవింద్ నాతో స్నేహం చేస్తాడా?" అని అమాయకంగా అడిగాడు.

"ఓ! ఎందుకు చేయడు. నువ్వు మారావని తెలిస్తే తప్పకుండా నీ స్నేహమే చేస్తాడు" అంటుండగానే అరవింద్ వచ్చాడు.

రాగానే అరవింద్ ని కౌగిలించుకున్నాడు, సాకేత్. తాతయ్య కి టాటా చెప్పి అరవింద్ తో ఆటలు ఆడుకోవడానికి వెళ్లిపోయాడు ఆనందంతో.

KASTURI VIJAYAM

📞 00-91 95150 54998

KASTURIVIJAYAM@GMAIL.COM

SUPPORTS

- PUBLISH YOUR BOOK AS YOUR OWN PUBLISHER.

- PAPERBACK & E-BOOK SELF-PUBLISHING

- SUPPORT PRINT ON-DEMAND.

- YOUR PRINTED BOOKS AVAILABLE AROUND THE WORLD.

- EASY TO MANAGE YOUR BOOK'S LOGISTICS AND TRACK YOUR REPORTING.

www.ingramcontent.com/pod-product-compliance
Lightning Source LLC
LaVergne TN
LVHW072041210825
819277LV00047B/797
* 9 7 8 8 1 9 6 0 8 7 6 4 7 *